Magic Shop

Myca Paga

Ukiyoto Publishing

All global publishing rights are held by

Ukiyoto Publishing

Published in 2023

Content Copyright © Myca Paga

ISBN 9789359202532

All rights reserved.
No part of this publication may be reproduced,
transmitted, or stored in a retrieval system, in any
form by any means, electronic, mechanical,
photocopying, recording or otherwise, without the
prior permission of the publisher.

The moral rights of the author have been asserted.

This is a work of fiction. Names, characters, businesses,
places, events, locales, and incidents are either the
products of the author's imagination or used in a
fictitious manner. Any resemblance to actual persons,
living or dead, or actual events is purely coincidental.

This book is sold subject to the condition that it shall
not by way of trade or otherwise, be lent, resold, hired
out or otherwise circulated, without the publisher's
prior consent, in any form of binding or cover other
than that in which it is published.

www.ukiyoto.com

Dedication

The magical thing for us to be loved and being proud is to love yourself first. Before we love someone, we make sure that our self is full of acceptance, forgiveness, and good attitude.
So, just love yourself and find yourself first. True love can wait, don't rush and follow your guide.

Lovelots,
my gorgeous

Chapter 1

A new day, sabay sabay kami lumalakad ng mga kaibigan ko papasok sa School. Shock, nakita ko si crush. OMG! Nakapa gwapo niya! Halos sinusundan ko siya ng tingin para lang tingnan siya kung saan siya pupunta.

"Uy, Adrielle, tumutulo na laway mo. Kadiri ka," baling sa akin ni Amber.

Agad ko naman hinawakan ang bibig ko na may laway nga'ng tumulo. Nakakahiya naman.

Sa huling pagkakataon ay sinulyapan ko pa siya. Well, matagal ko na siyang crush, I think magda-dalawang taon na ata. Nakakalungkot lang kase sobrang busy niya. President kase siya ng Student Council kaya eto ako tamang sulyap at tingin na lang sa mala gwapo niyan mukha. Mabuti na lang iisa lang ang School namin, at least nakikita ko siya kahit na hindi kami magkaklase.

Umupo ako sa tabi ni Shaniah nang makapasok sa room at nag-start na ang madugong klase. I hate math—not the number but how to solve it. Ang daming pagdadaanan mahina pa naman ako sa ganon.

"Adrielle." Umangat ang tingin ko na tawagin ako ni Prof. Helena. Naku, ano isasagot ko? Ba't kase ang bobo ko.

"M-Ma'am?" nauutal kong sagot.

"Go to the front and solve the number 3," utos niya sa akin.

Ayoko sana pumunta kase gusto ko na lang mag-pass kaso tinulak ako ni Shaniah. Ano ba naman buhay 'to!

Hawak ko na ang chalk at halos maduling ako sa number na nakikita ko. Gosh, ba't ang dami, paano ko ba bibilangin 'to. Nagbilang ako sa kamay at maya maya lamang pinahinto na ako ni Prof. Helena.

"Aabutin ba tayo rito ng pasko bago mo masagutan 'yan? It is a simple computation lang naman pero hindi mo magawa? Umabot ka ng Senior High School, mahina ka pa rin sa Math."

"Sorry po, Ma'am."

"1 + 1?" mabilis niyan tanong.

"Ah, e, 4?" panic kong sagot.

Umingay ang buong room sa pagtawa ng mga classmate ko. Napapailing na lang si Ma'am.

"Joke lang po, syempre 2. Hindi po kayo mabiro Ma'am, haha. Mahina lang po ako sa math pero kaya ko naman po magbilang." I said confidently.

"UPO! HUWAG MO AKO DAANIN SA PAGBIBIRO MO, GUSTO MO GAWIN KONG DOS ANG GRADO MO?"

Lumakas pa ang tawa at binitiwan ko na ang chalk. Tumabi na muli ako kay Shaniah at pi-nat lang niya ang balikat ko.

Contents

Chapter 1	1
Chapter 2	13
Chapter 3	24
Chapter 4	36
Chapter 5	47
Chapter 6	57
Chapter 7	67
Chapter 8	77
Chapter 9	88
Chapter 10	98
Chapter 11	108
Chapter 12	118
Chapter 13	129
Chapter 14	140
Chapter 15	152
Special Chapter	163
About the Author	*168*

"Better luck next time," sabi niya sa akin.

After class namin inayos ko na ang gamit ko. Busy din ang iba sa pagme-make up, pagtsi-tsismisan at paglalandian. Senior High School na ako pero hindi pa rin ako marunong mag-ayos ng sarili. Paano ba naman kase si Ate laging busy rin sa trabaho saka ang damot kapag magpapaturo ako. Si Mama naman ayun busy rin. Hay, paano ako liligawan kung hanggang ngayon nene pa rin ako.

"Cissy, samahan mo ako pumunta sa Student Council kakausapin ko lang si Neo." Rinig kong sabi ni Amber.

Agad akong nagtaas ng kamay. Taka naman siya mapatingin sa 'kin.

"Ako na lang."

"Sinamahan muna ako kanina, si Cissy na lang." Ay, oo nga pala, pumunta kami kanina sa restroom.

"Mamaya na lang may sinasagutan pa ako," sagot ni Cissy.

"Oh, ako na lang kase, wala ka naman choice, e," wika ko kay Amber.

"Sige na nga. Tara na."

Mabilis akong tumayo at lumabas na kami sa room. Tuwang-tuwa ako kase makikita ko siyang muli. Well, kaya ako palagi sumasama rito kay Amber sa Student Council para makita si crush. Yiehhhhh! Galawan hokage ba? HAHA. Ganon talaga, kung ayaw niya gumalaw edi ako gagawa ng moves.

Nang nasa SC na kami kumatok muna siya at si Carla ang nagbukas, Secretary naman siya sa SC, medyo mataray lang siya kaya ayun, hindi ko na lang siya pinapansin.

"Hintayin mo na lang ako rito saglit lang naman ako." Pagpigil sa akin ni Amber pagpasok sa loob ng SC room.

"E, samahan na kita," sabi ko.

"Huwag na."

"Dali na," sabi ko pang muli.

"Huwag na nga."

"Dali na kase."

Pumayag na rin siya at malaya akong makakapasok sa loob. *Panalo ka ulit Adrielle.* Hinanap ko agad si crush kaso wala naman ata siya. Iniwan ko muna si Amber habang kausap si Neo. Nakita ko ang pwesto ni crush kaso wala naman tao. Nasaan kaya siya? Pagtalikod ko muntik na ako mapatalon sa gulat. Si crush naman agad-agad lumilitaw sa harapan ko. Iyong puso ko bigla-bigla tuloy tumatambol sa sobrang bilis.

"May kailangan ka?" tanong niya. Nakakabaliw naman ang manly niyan boses. Para akong nasa alapaap. Agad akong napailing at mabuti hindi siya na-weirduhan sa akin.

"Ikaw. A-Ah este si Amber kase nagpasama." Pinokpok ko naman ang ulo ko na hindi niya napapansin. Muntik na ako roon, ah.

"Ah." Nilagpasan na niya ako at umupo siya sa pwesto niya.

Naglakad naman ako papalapit kay Amber at tapos na pala sila mag-usap ni Neo.

"Saan ka ba galing? Akala ko iniwan muna ako."

"Dyan lang. Tara na?" Lumabas na kami ng SC room. Medyo nalungkot ako kase hindi ko na siya makikita, okay lang 'yan may next time pa naman.

"Bumili muna tayo ng pagkain nagugutom na ako," aya ni Amber.

Madaming istudyante ang bumungad sa amin sa Cafeteria. Napakamot na nga lang ako sa ulo kase may mga mukhang adik sa paligid tapos may mga maldita pa sa labas. Saan ako lulugar, aber? Sinamahan ko na si Amber sa loob at naghahanap ako ng mabibili, sakto naman nasa tabi ko si Gia, siya 'yong Treasurer sa SC.

"Isang bottle of water at burger po." Rinig kong sabi niya.

"Para kanino 'yang binibili mo?" tanong ko. Hindi naman kase siya mahilig magpunta rito o bumili ng pagkain kaya nagtaka ako.

"Kay Pres, inutusan lang ako."

Buti pa siya close ni crush samantalang ako eto ginawa na lahat wala epek pa. Inabot ko na ang bayad na makabili ako. Akmang susunod na sana ako kay Amber na marinig ko si Gia na tinatawag ako.

"Bakit?"

"May emergency kase, puwede paabot na lang ito kay Pres." Sandali ako natigilan at napatingin pa sa pagkain para kay crush. O My Gee! This is it!

"Oy, Adrielle, kanina pa kita tinatawag ba't hindi ka sumusunod?" Sumulpot na pala si Amber.

"E." Inagaw ko na kay Gia 'yong pagkain at nginitian siya. Umalis na ito at humarap ako kay Amber. "Inutusan niya ako na ibigay ko raw ito kay President." Sabay pakita ng pagkain.

"Ay dapat sinabi mo agad. Tara na, sasamahan na kita." Sabay hawak sa akin.

"Huwag na." Pigil ko sa kanya at ikinataka niya iyon.

"Bakit?"

"Ah kase, magkla-klase na. Mauna ka na, susunod ako." Hindi ko na siya hinintay sumagot basta naglakad na ako ng mabilis. Moment ko na ito 'no.

Nasa harapan na ulit ako ng SC at si Carla muli ang nagbukas ng pinto.

"Anong kailangan mo?" mataray niyan tanong.

"Ibibigay ko lang ito kay President nagkaroon kase ng emergency si Gia kaya ako ang inutusan niya."

"Ako na." Sabay lahad ng kamay niya pero nilayo ko agad ang pagkain sa kanya.

"Hindi puwede. Ako ang inutusan niya kaya ako mismo ang magbibigay."

Tumaas naman ang kilay niya at pumewang pa. Patay!

"Bilisan mo. Magme-meeting pa kami. Aishhh, ang daming asungot naman," sabi niya at umalis na.

Pumasok na ako at hinanap muli si crush nakita ko siyang nagsusulat sa mga folder. Nasa harapan na niya ako pero hindi niya ako napapansin kaya tumikhim ako at doon niya lamang ako nakita.

"May kailangan ka? Pwede mamaya na lang nakita mong busy ako."

"Ito pala 'yong pagkain mo, si Gia kase nagkaroon ng emergency kaya ako ang inutusan niya."

"Lapag mo na lang dyan." Bumalik siya sa ginagawa niya pero ako nanatili pa rin nakatayo. Umangat muli ang tingin niya sa 'kin. "Bakit na naman?"

"Kase... hindi ka man lang ba magpapasalamat?"

Bakas sa mukha niya ang inis, tatalikod na sana ako baka kase tuluyan siyang magalit. Subalit, narinig ko ang salitang hinihingi ko. Actually, napangiti ako sa sobrang tuwa. Hindi ko na siya nilingon pang muli at lumabas nang SC. Hindi ako dumiretso sa room kundi sa C.R at doon nagtatalon sa tuwa. Nagsisigaw rin ako bahala na kung may tao wala akong pakielam.

"Magmo-mall tayo sa Sabado, matutuloy ba? Paano si Adrielle hindi makakasama."

Gulat ako mapatingin kay Cissy. Ano sabi niya hindi ako makakasama? Bakit hindi ko alam.

"May pera naman ako kaya sasama ako," sabi ko sa kanila.

"Hoy, tumigil ka nga! Hindi ka sasama kailangan mo mag-aral. Sinabi sa 'kin ni Prof. Helena na may magtututor sa 'yo ang hina mo kase sa Math," sabi ni Amber.

"Magaling naman ako. Nakasagot naman ako nung nakaraan hindi ko kailangan ng tutor."

"Adrielle, masasagot mo talaga 'yong nakaraan 1+1 lang naman 'yon, bata nga nakakaya 'yon, e," sabi na naman ni Amber.

"Sino magtuturo sa 'kin?" Nakabusangot kong tanong. Kainis naman, matalino naman ako kaso pag-usapan Math huwag muna ako isali. Bakit ba kase hindi ako naturuan nina Mama sa pagso-solve ng mga numbers ako tuloy namomoblema. Saka, nakakaraos naman ako, isipin ninyo umabot ako ng SHS.

"Hindi pa namin alam," ani ni Cissy.

"Ang alam ko si President, iyon kase ang narinig ko kay Prof. Helena pero hintayin mo na lang siya ang magsabi sa 'yo."

Nabuhayan ata ako sa sinabi ni Amber, parang gusto ko na magpaturo.

Um-order ng pagkain si Cissy, nasa isang kainan kase kami. Sa totoo lang nawala na 'yong gutom ko kase nabusog ako bigla kapag naririnig ko ang pangalan ni crush. Kahit kailan hindi pa siya nagkakaroon ng girlfriend. Mayaman ang pamilya niya at kilala siya ng marami kaya nga binoto siya para maging President.

Buong High School never pa kami naging magkaklase puro kase ako nasa B at siya naman ay nasa A. Okay nang B kaysa F. Bumalik na si Cissy at kumain na kaming tatlo. In-open ko na lang ang facebook ko at ayun hindi pa rin ako ina-accept ni crush, 1 year ko na siyang in-add. Nahihiya naman ako sabihin sa kanya sa personal tri-ny ko naman siyang i-message sa chat kaso pipindutin ko pa lang parang nakakagawa na ako ng kasalanan.

"Alam niyo ba chismis ngayon?" biglang usisa ni Cissy.

"Ano?" sagot ni Amber.

Kinuha ko ang inumin ko at ininom nanginig pa ako sa sobrang lamig.

"Nagde-date na ata ngayon sina Carla at President."

Bigla ko nabuga ang iniinom ko, napatayo naman ang dalawa dahil natalsikan sila. Tumingin naman ako sa paligid at napahinga ako ng maayos na unti lang ang tao.

"Ano ba 'yan, Adrielle! Ang baboy mo!" Pinagpagan ni Amber ang talsik ko sa uniform niya.

"Hehe, sorry."

"Huwag ka naman mang gulat," wika naman ni Cissy.

Umupo na muli sila sa upuan at pinagpatuloy ang pinag-uusapan. Tama kaya ang narinig ko? Ang sakit naman non. Okay nang wala siyang girlfriend para ako ang mauna. Epal 'yong Carla na 'yon ang taray-taray kaya niya hindi sila bagay ni crush 'no.

"Paano ninyo nalaman? Baka naman hindi 'yan totoo," sabi ko sa kanilang dalawa.

"Si Gia ang nagsabi, nakita niya kase 'yong dalawa magkasabay kumain. Ta's noong isang araw sabay rin sila umuwi. Oh, ano tawag mo roon, edi date."

Gusto ko umiyak. Sana mali lang hula nila. Ako lang dapat, walang makakaagaw kay crush. Kapag nakita ko si Carla sasabunutan ko siya, yari siya sa 'kin.

"Baka naman na-interpret niya lang 'yon. Grabe naman maglagay ng malisya si Gia."

"Paano kung totoo ?" tanong sa 'kin ni Cissy.

"Edi totoo, pero mali ang gumawa ng tsismis lalo na hindi pa umaamin ang dalawa saka alam ninyo naman si Carla, 'di ba, may nanliligaw sa kanya?"

"Ewan."

Umalumbaba ako at tila naiinis. Lord, *kahit si crush na lang sa 'kin. Please lord!!!*

"Bakit ganyan mukha mo? Parang pinagsakluban ng langit at lupa?" puna sa 'kin ni Amber.

"Wala, gusto ko na umuwi." Tumayo na ako at sinukbit ang bag. Nawalan na ako ng mood. Hinihiling ko na sana mali talaga ang hula nila. Hay, kailan ba ako sasaya?

Since malapit lang naman ang bahay namin nakauwi ako agad. Sumalubong sa akin si Chichi ang favorite kong aso namin. Naabutan ko rin si Mama na nagluluto.

Umakyat ako sa kwarto ko at nagpalit ng damit habang ginagawa ko iyon hindi ko mapigilan maging malungkot. May number naman ako ni crush, tawagan ko kaya siya ta's tanungin, tsk, nakakahiya naman, para naman magjowa tuloy kami non.

Bumaba ako after ko mag-ayos at dumiretso sa kusina. Dumating na rin si Ate at binigay sa 'kin ang isang pasalubong. Hindi muna siya nagpalit at sumabay sa 'kin kumain.

"Binilhan kita ng lipstick at foundation dalaga ka na kaya dapat gamitin mo 'yan. Baka isipin ng iba 12 year's old ka lang."

"Ate naman, nagkakaroon na nga ako, e. 16 na ako 'no," sabi ko.

"Ayun na nga, hindi ka naman mukhang 16 niloloko mo lang ang sarili mo. Basta gamitin mo 'yan para naman may naiiuwi kang manliligaw rito. Tumulad ka nga sa 'kin kada isang araw lima agad."

Natawa naman ako. Maganda talaga si Ate at habulin ng mga lalaki. At ako? Kabaliktaran naman. Susundin ko na lang si Ate para naman tuluyan ng mabaliw sa 'kin si crush.

"Ate?"

"Oh?"

"Paano mo malalaman kung inlove ka na sa isang tao?"

Tumigil siya sa pagkain at hinarap ako. "Bakit mo naitanong? Inlove ka na 'no?" pang-aasar niya bigla.

"Hindi 'no. Dali na, sagutin muna." Medyo excited pa ako sa isasagot niya.

"I-search mo na lang alam naman 'yon ni google." At ayun pinagpatuloy niya ang pagkain.Hindi talaga siya maaasahan. Ate ko ba talaga siya? Lumapit na si Mama at umupo sa harapan namin, siya na lang kaya tanungin ko.

"Ma," tawag ko kay mama.

"Yes?" Ngiting sagot niya.

"Paano mo po masasabi kung inlove ka na? Assignment namin 'to ma, kaya sagutin mo, si Ate kase ang kj." At sinamaan ko ng tingin si Ate na sarap na sarap sa pagkain.

"Kay google mo tanungin, 'di ba, lahat naman ng assignment mo doon mo sini-search?" Isa pa 'to si Mama, what's happening in this world ba?

"Huwag na nga lang." Padabog akong tumayo at iniwan ang dalawa.

Pagkapasok ko sa kwarto kinuha ko agad 'yong cellphone ko at si-nearch ko na lang. Nangiti ako sa tuwa at kilig na mabasa ko ang tungkol about sa pagiging inlove.

O My Gee! I'm totally in love with him.

Chapter 2

ILANG hikab na ginagawa ko, paano ba naman kase inaantok pa ako. Pinag-aralan ko kase kagabi 'yong paglalaro ng rubrics. I think 12 na ako nakatulog kaya eto busog na busog 'yong eyebags ko, at nagamit ko naman 'yong foundation na binigay sa 'kin ni ate.

"We will have a retreat next month. So, be ready for that," sabi ni Prof. Mina.

"Ma'am saan pong lugar?" tanong ng isa kong kaklase.

"Sa Batanes. Exciting 'yong class para naman nakakapunta kayo sa malayong lugar. At isa pa, hindi lang basta retreat 'yon kase gagawa rin kayo ng reaction paper."

"Ma'am gaano po katagal?" tanong naman ng isa.

"I don't know pa. Basta for now, mag-ready na kayo at huwag kalimutan mag-aral mabuti. See you tomorrow class." At lumabas na si Ma'am.

"Pang lahatan kaya 'yong retreat natin?" tanong ko naman kay Shaniah na abala magsulat.

"Ewan ko, baka naman, siguro. Bakit mo naitanong?" Sabay tingin sa 'kin.

"Wala naman." Sana kasama si crush para masaya ang retreat ko, at makapag-picture ako kasama niya. May naiisip na akong pwedeng gawin pang da moves. Hahahaha, nakakatawa talaga ako kapag nangingiti ako mag-isa baka may makakita sa 'kin.

"Cissy, samahan mo ako sa SC kukunin ko kay Neo 'yong form para sa retreat, kailangan na raw 'yong fill-upan para wala nang aasikasuhin." Paglapit ni Amber kay Cissy.

Nagtaas ako kaagad ng kamay syempre ako ulit sasama baka kase makita ko si crush sa SC, mabubuo muli ang araw ko.

"Sige, saglit lang," sagot ni Cissy.

Naku, paano 'yan, hindi ko siya makikita.

"Teka Cissy." Pagpipigil ko sa kanya.

"Bakit?" tanong niya.

"Hindi ba may sasagutan ka pa sa math naalala mo ikaw 'yong tatawagin ni Ma'am mamaya sa recitation. Nagawa muna ba 'yon?"

Inalala naman niya mabuti at inilabas ang notebook niya. Pinagpepray ko na sana hindi pa niya nagagawa.

"Ay, oo nga no, nakalimutan ko pag-aralan kahapon. Amber, si Adrielle na lang sasama sa 'yo."

Hinawakan ko na si Amber at hinila palabas. Masyado ba akong halata? Hindi naman siguro. Wala naman sinabi si Amber hanggang makarating kami sa SC, at pagpasok namin sa loob hinanap ko agad ang mala gwapo niyan mukha, kaya lang wala ata siya. Lumapit ako sa table niya at nakalapag doon ang isang papel at ballpen. Nahagip agad ng mata ko sa trashcan na katabi ng table niya ang isang ballpen na walang laman kinuha ko naman iyon at may pangalan pa niyan nakaukit doon. Binulsa ko ito at nilapitan na si Amber.

Habang pabalik na kami napahinto ako sa library, may naririnig kase akong ingay tila bang may nag-uusap. Sumilip ako sa bintana at bigla na lang nanlaki ang mga mata ko na makita si crush at Carla. Nakasandal si Carla sa isang bookshelves at si crush naman ay hawak-hawak ang balikat ni Carla. Anong ginagawa nila? PDA 'to ah! Akmang papasok ako sa loob na pigilan ako ni Amber.

"Saan ka pa pupunta? Klase na natin."

"Ah kase—"

"Mamaya ka na lang pumasok dyan." Wala na akong nagawa dahil hinigit na niya ako paalis sa Library. Bakit kase magkasama sila? Totoo kayang sila na?

Mabilis akong bumitiw kay Amber at tumakbo papunta ulit sa Library. Subalit pagkabukas ko ng pinto wala ng tao, wala ng bakas na nandoon pa sila. Nahuli ako.

"ADRIELLE."

"Adrielle."

Lumilipad ang isip ko ngayon tanging lungkot na naman ang nararamdaman ko. Wala ng pumapasok sa makitid kong utak. Ginulo ko ang buhok ko at umangat ang tingin, halos hindi ako nakagalaw na buong classmate ko pati si Prof. Helena ay nakatuon sa akin. Aish, nakalimutan ko pala math time na naman namin.

"Hindi ko alam kung nasaan planeta na ang utak mo. Gusto ko i-inform sa 'yo na mamayang hapon ang start ng pagtuturo sa 'yo ng tutor mo sa subject ko. Hihintayin ka niya after class mo."

"Sana gwapo ang tutor mo," bulong sa akin ni Shaniah.

Sumandal ako sa upuan at hindi ko mapigilan mainis. Dapat si Ate na lang o kaya si Amber ang magtuturo sa 'kin baka mamaya manyak ang magturo sa 'kin. Sana, si Crush na lang.

Inayos ko na ang gamit ko at sabay-sabay kami pumunta sa Cafeteria. Si Cissy na ang um-order at kahit ang daming pagkain nakahanda sa harapan ko, wala ako makain. Nanghihina ata ako.

"Adrielle, goodluck mamaya. Sana hindi sumakit ulo nong tutor mo," natatawang wika ni Cissy.

"Amber, ikaw na lang magturo sa 'kin, please, sabihin mo kay Prof. Helena ayoko sa iba." Nag-puppy eyes ako kay Amber para pumayag siya.

"Adrielle, hindi ako pwede, alam mo naman kasali ako sa editorial ng ilalabas na diyaryo sa School natin. Kaya muna 'yan ang laki-laki muna kaya."

"Tsk, ang damot mo pero hintayin niyo ako mamayang uwian," sabi ko na lang.

"Bakit pa? May service ako 'no," ani ni Cissy.

"Babatukan kita! Huwag mo nga kami idamay magkakaiba tayo ng bahay 'no," inis na usal naman ni Amber.

Kinuha ko na lang ang in-order sa 'kin na juice at ininom 'yon.

Nag-iba ang ihip ng hangin na pumasok na sa Cafeteria ang member ng SC, at pinapangunahan ito ni crush, Neo, Carla at Gia. Humigpit ang hawak ko sa juice sa pang gigigil, magkasama na naman ang dalawa. Parang gusto ko na pumatay. Nakita ko silang dumireto sa counter.

"Adrielle." Napalingon naman ako kina Amber at Cissy. "Wala kang balak na dumihan ang table natin 'no?"

Bumaba ang tingin ko at napatayo ako na bahang-baha na ang table namin. Jusko, sumabog na pala ang juice na hawak ko. Sinabihan ko naman ang dalawa na lumipat kami ng table mabuti na lang may tagapunas naman doon.

Nang makalipat na kami sakto naman papalapit sa amin sina crush. Sandali, tama ba ako papalapit sila sa amin? Makiki-table ba sila? Isang malawak na ngiti ang ginawaran ko kina crush, epal nga lang si Carla kase siya 'yong kumausap sa amin.

"Excuse me, puwede ba lumipat kayo ng table. Hindi niyo ba alam na dyan kami lagi pumepwesto," mataray niyan sabi. Ang sarap niya talaga ingungod sa lawang table namin kanina. Porke't secretary siya at member siya ng SC ganyan na siya umakto. Tsk, ang yabang pala niya. Walang nagsalita sa amin nina Amber at Cissy. Hanggang tumayo ang dalawa.

"Walang aalis," wika ko. Hinarap ko si Carla. "Marami naman bakante, sa iba na lang kayo pumwesto."

"Adrielle," tawag sa 'kin ni Amber. Hindi ko siya pinansin.

"Wow. Baka nakakalimutan mo Secretary ng SC ang kausap mo." May pagkainis ang boses niya. Well, hindi naman niya 'yon ikinaganda.

"Baka nakakalimutan mo rin kapwa istudyante ang kausap mo, may posiyon ka man o wala matuto kang rumespeto, ikaw ang mag-adjust hindi kami," mataray ko rin sabi.

"Adrielle, ano ba! Bawiin mo ang sinabi mo." Hinawakan ako ni Amber sa braso. "Sorry, lilipat na kami," dagdag pa ni Amber.

Magrereklamo pa sana ako kaso hinila na ako ni Amber pero napatigil din kami sa pagsalita muli ni Carla na ikinagulat ko.

"You will be given a punishment tomorrow by 4pm for insulting me. Don't you dare to command me what I'm gonna do. Stupid bitch."

Hindi na kami nag-stay sa Cafeteria, para saan pa, baka hindi ako makapagtimpi. Buti kamo nandoon si crush kung hindi baka tuluyan pinahiya ko na siya.

Habang klase wala pa rin pumapasok sa utak ko. Nang tumunog na ang bell na hudyat uwian na sinukbit ko na ang bag ko at nagpaalam na sa akin sina Amber at Cissy. Naalala ko pala 'yong tutor ko saan ba kami magkikita.

Pumunta ako sa bench at umupo para hintayin na lang siya.

Maya maya sa hindi kalayuan nakita ko si crush parang may hinahanap baka si Carla. Ang sakit naman non, ayokong i-give up na lang ang 2 year's. Buong buhay ko— I mean buong pag-aaral ko sa kanya na umiikot. Kulang na lang pag-aralan ko siya paano makuha.

Tumingin ako sa relo ko at naiinip na ako kakahintay. Narinig ko naman tumunog ang cellphone ko at chi-neck iyon agad, si Amber nag-text, sabi niya si President ang magtuturo sa 'kin. Si President? O MY GEE! Kaya pala nandito siya sa bench mukhang hinahanap pala ako. Anong gagawin ko?

Tumakbo ako papalapit sa kanya ng makita niya ako at inabutan niya ako ng tubig masyado naman siyang concern kinikilig tuloy ako.

"Pakitapon. Nasa likuran mo na lang din naman ang basurahan." Wala naman pa lang laman ang bote na inabot niya. Nakaka turn off naman 'tong si crush.

Tumabi ako sa kanya after ko matapon 'yong bote. Nilapag niya ang isang book, papel at ballpen. Makakapag-focus ba ako nito? Ang bango-bango niya, ang lapit namin sa isa't isa ta's tuturuan niya ako. *Kumalma ka self, baka mahalata ka.* Pinahid ko sa noo kong pawisin ang isang panyo. Inamoy ko rin ang sarili ko baka amoy pawis na ako nakakahiya naman. May sinulat siya sa isang papel at after non sagutan ko raw 'yon. 10 items na pagso-solve, kung kanina tuwang-tuwa ako ngayon naman kinakabahan na ako.

"Gamitin mo ang ballpen para mag-solve hindi lilipat ang sagot mo sa papel kung tititigan mo lang," wika niya.

Napakamot ako sa ulo at sinolve na lang iyon kahit mali. Tuturuan naman niya ako, hindi ba. Binalik ko sa kanya ang papel pagkatapos ko sagutan at puro X lahat ng sinulat niya. Isa isa niyan pinapakita sa akin paunti-unti at kailangan daw pumasok 'yon sa utak ko. Umabot kami ng isang oras at kalahati sa pagtuturo.

"Salamat, marami ako natutunan. Bukas ba tuturuan mo ako?" tanong ko sa kanya.

"Gawin mo rin sa bahay niyo ang lahat ng itinuro ko. Hindi ako sure kung matuturuan kita bukas may aasikasuhin kase ako."

"Ganon ba."

"Sige na, kailangan ko na umalis." Pagkatayo niya tumayo na rin ako at sumabay lumakad papalabas ng School, feeling ko nga boyfriend ko siya ang sarap naman sa feeling nito.

"May itatanong pala ako," ani ko sa kanya.

"Ge. Ano 'yon?"

"May namamagitan na ba sa inyo ni Carla?"

Tumigil siya sa paglakad kaya napatigil din ako imbis na sumagot siya sa tanong ko ay isang ngiti ang nakita ko sa kanya at mabilis na lumakad at lumiko ng daan. Anong ibig sabihin ng ngiti niya?

Lumiko na rin ako ng daan at sa hindi kalayuan malapit sa bahay namin may nakita akong Shop. Ngayon ko pa lang 'yon nakita siguro bagong tayo. Kailan kaya ang opening wala pa kaseng mga tao ang pumupunta.

"Anak, pakidala nga ito kay Mareng Lorna, pakisabi bigay ko kamo," utos ni Mama at kinuha ko ang isang plastik na naglalaman ng ulam.

Nautusan pa ako. Unting lakad lang naman iyon sa bahay namin. Sinigaw ko ang pangalan ni Tita Lorna kaso ilang beses na ako nagsisigaw wala naman lumalabas. Babalik na sana ako sa bahay na may bumangga sa aking bike. So, ang tendency napaupo pa ako at nabitawan ang bitbit ko.

"Sorry, Miss." Isang lalaki ang sakay nung bike at inalalayan naman niya ako. "Okay ka lang ba? Sorry ulit, ha."

"Okay lang," sabi ko na lang.

"Ano ba kaseng ginagawa mo dyan? Umalis ang may-ari dyan at mamayang gabi pa ang uwi," sabi niya sa akin.

"Ah, ganon ba. Sayang naman, may pinabibigay kase si mama." Sabay pakita nong hawak ko.

"Mukhang masarap 'yan, ah."

"Sige, mauna na ako, baka hinahanap na ako ni mama."

"Ihahatid na kita baka napilayan pa kita," pag-aalok niya. Medyo nahiya naman ako.

"Huh? Ayos lang naman ako."

"Sige na. Huwag ka na mahiya." Ang kulit naman niya.

Umupo na lang ako sa likuran niya at kumapit ng mahigpit. Natatawa nga ako kase ang lapit lang naman ng bahay namin kina Tita Lorna. Pero deep inside masaya ako kase at least nakaranas ako ng ganito and I hope maranasan ko ito kay crush.

"Dito pala bahay ninyo." Turo niya sa bahay namin.

"Oo, sige na. Salamat, ingat ka pauwi."

Tumango ito at tuluyan nang umalis.

May mabigat na kamay na umakbay sa akin pagtingin ko si Ate lang pala. Nakakaasar na ngiti ang gumuguhit sa panget niyan mukha. Joke, maganda si Ate. Mukhang nakita niya ang nangyari, naku, patay ako nito.

"Sino 'yon?" Sabi na nga ba.

"Wala, hindi ko siya kilala. Hinatid niya ako rito kase nabangga niya ako ng bike."

"Oh?" gulat niyan sabi at sinuri ang buong katawan ko. "Dadalhin ka na ba namin sa Hospital?"

"Ate naman, gasgas lang inabot ko. Buhay pa rin naman ako. Ang oa mo."

Tumawa siya at pumasok na kami sa loob. Sinoli ko naman ang ulam kay Mama at umakyat ako sa kwarto ko.

Mula sa bintana ng kwarto ko makikita ang mataas na Shop na nakita ko kanina. Maganda pala iyong tingnan kapag gabi para itong mahiwaga at nakaka-curious kung ano ang itsura sa loob. Ayain ko kaya sina Amber at Cissy. Humiga na ako sa kama ko at kinuha sa bag ang ballpen na nakuha ko sa trashcan ni crush. Naalala ko dati lahat ng mga gamit na nakikita ko related sa kanya kinukuha ko, mula candy wrapper, ballpen, crumbled paper at iba pa. Iyong bottle water na inabot niya sa akin nung tinuruan niya ako, binalikan ko 'yon para kuhanin. Sobrang adik ko talaga sa kanya.

Bumangon ako sa kama at nilabas ang isang kahon na naglalaman ng mga gamit ni crush unti na lang mapupuno ko na ito. Huwag lang sana makita nina Mama at Ate at baka matapon, sayang ang effort ko sa pagkolekta ng mga ito. May isa pa ngang mini colored paper ang nakuha ko sa kanya ang ganda kase ng nakasulat.

'Choose your love by heart not the eye.'

Chapter 3

NGAYON araw ang punishment ko. Sobrang kalat na nga sa buong campus ang pagpapahiya ko kay Carla. Actually, wala naman akong ginawa, sinabi ko lang naman ang side ko, masyado talagang judgemental ang mga tao ngayon. Excited pa naman ako mamayang hapon kase baka turuan ako ni crush.

Habang naghihintay kami ng klase, eto ako pinaglalaruan ang inosenteng ballpen. Ayoko kaseng makipagdaldalan kina Amber at Cissy pinag-uusapan nila 'yong pagmo-mall sa Sabado, hindi naman ako makakasama. May tutor ata ako non.

"Sino ang nagtu-tutor sa 'yo?" biglang tanong ni Shaniah. Tatahimik na lang ako kaysa sagutin pa siya. "Si President ba?" Napaayos ako ng upo.

"Paano mo nalaman? Wala pa naman ako sinasabi."

"Nakita ko kayo kahapon, ang sweet ninyo nga, e. Kung makikita kayo ng ibang istudyante sa malamang, aakalain nilang may relasyon kayo."

Medyo kinilig naman ako sa sinabi niya. Sayang lang walang picture isasama ko naman 'yong sa collection ko.

"Wala lang 'yon." Nangingiti kong pagsagot.

"Sus, kung ako nasa kalagayan mo baka naihi na ako sa sobrang kilig. Alam mo bang marami rin nagkakagusto dyan kay President, ang gwapo ba naman kase."

Nawala ang kilig ko dahil parang siya pa ang kinikilig. Aagawan pa ata ako nito. Medyo lumayo ako sa kanya at sa iba na lang tumingin. Okay na ang usapan namin, ta's mapupunta sa ganon.

"Adrielle, samahan mo ako sa SC ibabalik ko na kay Neo 'yong form." Paglapit sa akin ni Amber, himala ako na inaaya niya. Tatanggi pa ba ako syempre, go na.

Lumabas na kami ng room at dumiretso sa SC. Nilagay ko ang dalawang kamay ko sa likuran at pangiti-ngiti na lang. Hindi pa kami nakakapasok sa loob na makarinig kami na parang nagkakagulo. Natagpuan namin nag-aaway pala sina President at Chico, ito 'yong basagulerong istudyante sa Section F. Ilan beses na 'yan naparusahan sa pagiging mayabang at bastos. Inaawat naman sila nina Neo at Carla.

"Ang yabang mo, akala mo uurungan kita," singhal ni Chico kay crush.

Ang cool nga lang niya habang nakangisi. Ba't ganon, kinikilig ako sa kanya.

"Tumigil ka na nga g mo maparusahan ulit. Lumalabag ka na naman sa batas ng SC. Walang sinuman ang maaaring manakit sa amin," wika ni Carla.

"E, ano naman, bakit sinasaktan ka nang gago mong ex dati? Hindi ba secretary ka na non?" balik na sabi ni Chico na ikinagulat ni Carla at syempre kami rin.

"Tsk, ihahanda ko na ngayon ang suspended form mo for 1 week. Sumusobra ka na!"

"Umalis ka na lang Chico, marami na ang nakakakita baka makarating pa ito kay Principal. Nakikiusap ako." Paghawak ni Neo sa balikat ni Chico.

Kaya lang lumayo ito at napatingin sa akin, ano naman kinalaman ko? Bigla naman ako umatras at humawak sa braso ni Amber nakakatakot siya tumingin parang may balak na hindi maganda.

"Hoy, 'wag kang ganyan tumingin sa amin. Paalisin niyo na nga 'yan," sabat na ni Amber hindi ata nakatiis.

Tumaas naman ang dalawang kamay ni Chico na parang sumusuko at muling tumingin kay crush. "Babalikan kita. Huwag kang ma petiks-petiks."

Napahinga naman ako ng maluwag na lumabas na ito sa SC room. Binigay na rin ni Amber ang form kay Neo at ako eto tinitignan lang si Crush habang kausap si Carla. Sila na nga ba talaga? Tinanong ko naman siya pero hindi naman siya sumagot. Nakakainis.

By 4 pm tinawag na ako ni Carla, uumpisahan ko na raw kase ang punishment ko. Jusko naman, para naman ang laki-laki ng kasalanan ko. Gusto ko talaga umangal kaso kung gagawin ko 'yon baka kick out ang abot ko. Yari ako non kay Mama at Ate, sayang ang pag-aaral nila sa akin.

"1 hour sa open field," bungad niya sa akin at binigay sa akin ang apat na makakapal na libro.

"Anong gagawin ko rito? Babasahin ko lahat for 1 hour?" taka kong tanong.

"Tsk, huwag ka ngan bobo, hahawakan mo 'yan tig dalawa sa magkabila mong kamay. Luluhod ka sa open field na hawak-hawak 'yan."

Hindi ko mapigilan mapatawa at ikinataka niya iyon. Ang sarap niya talaga ingungod.

"Huwag mo ako sasabihan ng bobo, tandaan mo, kaya ako nandito dahil iisa lang ang hangarin natin ang may matutunan. Magdahan-dahan ka naman sa pananalita mo kaya ka pinapatulan, e. Aish, ba't ba kase nasa SC ka," sabi ko sa kanya at tumakbo palayo. Baka mamaya dagdagan pa niya ang parusa ko.

Wala naman mga istudyante sa field at bench binaba ko muna ang bag at pumwesto na sa gitna ng field. No'ng una nakakahiya kase baka pagtawanan ako at makarating pa kina Mama, pero ayos na 'yon at least hindi ako duwag. After nito, huwag na sana magkrus ang landas namin ni Carla, nakakagawa ako ng masama, e. Si-net ko na rin kanina ang relo ko for 1 hour. May pinakiusapan lang akong isang istudyante para ilagay ang apat na libro, muntik pa nga ako matumba.

"Goodluck," wika niya bago ako iwan.

Tumingala ako sa kalangitan at napansin kong kumukulimlimh naman sana umulan at sana umulan na lang tapos na ang parusa ko. Nakakaramdam na rin ako ng gutom, ito na ba ang katapusan ko. Hindi pa ako nakakaamin kay crush.

Maya maya lumipas ang 30 minutes nangangawit at namamanhid na ang tuhod at kamay ko. Kung kanina magka-balance pa ang paghawak ko sa libro ngayon paleng na 'yong isa dahil bumibigay na at 'yong isa ay kaya pa naman.

Kaya mo 'yan Adrielle, hindi ka pinanganak na mahina. Itatak mo 'yan sa utak mo.

Agad naman ako natigilan na may maramdaman akong may pumapatak. Pagkatingala ko lalo pa lang dumilim at unti-unti na bumubuhos ang ulan. Tumingin ako sa paligid at naglabas nang mga payong ang mga kapwa kong istudyante at ang mga iba naman ay nagsilungan. Binalak ko na rin tumayo para hindi ako tuluyan mabasa kaso hindi naman ako makatayo dahil namamanhid pa rin ang tuhod ko. Medyo nagpa-panic na nga ako kase nababasa na ako tsaka 'yong bag ko nababasa na rin. Nawala ang pag-aalala ko na may humarang na itim na payong sa ulunan ko. Dahan-dahan ako lumingon sa taong may hawak non, at sa pagtama ng mga mata namin kumabog na naman ang puso kong kalmado kanina. *How to be you ba talaga crush?*

"Dalian mo, para makasilong ka."

Sinamahan niya ako kuhanin ang bag ko at nagmadali kami makapunta sa building. Pinunasan ko agad ang basang bag ko at sarili ko. Tinupi na ni crush ang payong niya at marami rin pala nagpapatila ng ulan. Patago akong ngumiti at sinusure kong hindi niya iyon makikita.

"Oh, hindi pa tapos ang 1 hour mo." Sabay kami napalingon kay Carla na kasama si Gia.

"Hindi ka naman siguro bulag. Gusto mo ba ako magkasakit?" sabi ko sa kanya.

"Tsk, parusa mo 'yon. Masyado ka kaseng nangingielam."

Akmang susugurin ko siya na pigilan ako ni Gia, makakapanakit na talaga ako.

"Tama na. Nagawa na rin naman niya 'yon, palagpasin mo na lang ito," wika ni Gia kay Carla.

Hindi na siya sumagot bagkus nagtaas lang ng kilay sa akin.

Huminto na agad ang ulan at nagsimula na mag-alisan ang mga istudyante. Binigay ko kay Gia ang apat na libro dahil siya na raw magbabalik non sa Library. Si crush naman ay lumingon pa muna sa akin bago naglakad palayo nawala tuloy ang galit ko.

Pag-uwi ko sa bahay tinanong ako agad ni Mama, ano raw nangyari sa akin. Ayun, nagdahilan na lang ako na naabutan ako ng ulan. Hindi rin kase ako girl's scout kaya mababasa talaga ako. Hinandaan niya ako ng soup para hindi agad sumama ang pakiramdam ko.

"Ma, nandito na ba si Ate?"

"Mamaya maya narito na 'yon," sagot ni Mama at sinaluhan ako kumain.

"Ma, paano po kayo nagkakilala ni Papa?"

"Hmm... mahabang kuwento, pero... kung gusto mo talaga malaman handa naman ako ikuwento. Kase ganito 'yon... nasa isa akong fast food, server ako roon tapos regular customer naman namin siya. Ayun, hanggang makapaglagayan nang loob at nagkabunga na."

Napangiti naman ako. Mas masaya siguro kung kasama pa namin si Papa, maaga kase siya namatay. Sana kung bibigyan ako ng pagkakataon gusto ko siya mabuhay muli at makasama pa kahit isang taon o sampung taon. Nag-usap pa kami ni Mama at marami naman ako natutunan at masasabi kong swerte ako sa kanya. Nagpaalam din ako agad na aakyat na sa kwarto dahil gagawin ko pa kase ang mga assignment ko. Subalit, naagaw ng atensiyon ko ang Shop na malapit sa amin. Mala perya ang itsura nito sa labas dahil sa nagninining na ilaw. Aayain ko pa nga pala sina Amber at Cissy pumunta roon.

"Kapag umuuwi ba kayo may nakikita kayong bagong tayo na Shop malapit sa amin?" tanong ko sa dalawa.

"Hmm... parang wala. Bagong salon lang ang nakita ko, e," sagot ni Cissy.

"E, ikaw?" turan ko kay Amber.

"Wala rin. Bagong gym lang ang nakita ko. Bakit mo ba tinatanong?"

"Kase... para siyang perya kapag tuwing gabi. Nakikita ko kase 'yon sa bintana ng kwarto ko." At inalala ang pangalan ng Shop. "Magic Shop ang nakalagay sa labas. Tingin ninyo ba, ano kaya binebenta roon?"

"Kakaiba ang pangalan na iyon. Ngayon ko pa lang narinig 'yan. Hindi kaya parang Harry Potter, iyon bang may mga may magic magic sa Hogwarts School of Witchcraft and Wizardry. Parang ang saya-saya naman non," masayang sabi ni Cissy.

"Nag-e-exist ba 'yon?" tanong ko kay Cissy.

"Syempre hindi," ani ni Amber. "Walang ganon sa realidad. Kung meron man, himala na lang 'yon. Baka naman para lang 'yon sa mga bata uso na kase ngayon ang mga arcades." Napasang-ayon naman kami ni Cissy sa kanya. Baka nga.

"Try kaya natin pumunta mamaya, gusto ko kase pasukin para makita 'yong loob malay mo interesting pala," pag-aaya ko.

"Hindi ako pwede may family dinner kami. Si Amber na lang ang ayain mo," sagot ni Cissy.

"Pass ako. Busy ako."

Napaalumbaba na lang ako. Sino naman kaya ang pupuwede ko maisama. Gusto ko sana si crush kaso busy rin kase siya at saka hindi kami super close 'no ang kapal naman ata ng mukha ko.

"Wait, try ko lang i-search baka may fb page sila." Kinalikot ko ang cellphone ko pero wala naman ako nakita. Nakaka curious talaga kung anong meron doon.

Nagpaalam muna ako sa dalawa na pupunta ako sa restroom. I do my thing and after non nagsalamin na rin ako kailangan ko maging maganda baka mamaya makasalubong ko si crush. Habang naglalagay ako ng liptint pumasok si Carla pero kasunod niya si Chico. Teka, girl's restroom 'to, ah.

"Tigilan muna nga ako. Nakikita mong bawal ka rito," iritableng sabi ni Carla kay Chico.

"Ano naman, sige na, pumayag ka na isa lang naman para naman bago pa ito sa 'yo." At tiningnan niya si Carla mula ulo hanggang paa. Hindi ba nila ako napapansin, ganon na ba ako kaganda. Char.

"Umalis ka na, ire-report kita gusto mo? Kapag ako nainis hindi ako magdadalawang isip na sumigaw at ipa-kick out ka sa school na 'to."

"Kapag ginawa mo 'yon hindi talaga kita titigilan. Sige na, huwag ka na mahiya, lahat naman ng mga lalaki pinapatos mo, 'di ba?"

Bigla ako nagulat na sampalin ni Carla si Chico. Doon lang sila napalingon sa akin na may audience pala sila.

"Anong ginagawa mo dyan?" tanong sa akin ni Carla.

"Kanina pa ako nandito," pagsagot ko.

Magsasalita pa sana siya na hawakan siya ni Chico. Medyo naalarma ako kase hindi maganda ang ginagawa niya kay Carla. Anong gagawin ko?

"Ano ba! Bitiwan mo nga ako!" At pinapalayo niya si Chico na parang hayok na hayok.

Humanap naman ako na maaari kong ipamalo kay Chico, nahagip ng mata ko ang pambomba sa inidoro.

Yuck lang kase madumi siya pero bahala na, dinampot ko 'yon at itinutok sa pagmumukha ni Chico. Gulat na gulat ito at nakalayo na kay Carla.

"Subukan mo siyang saktan gagawin kong inidoro ang mukha mo. Tsk, hindi naman kayo nagkakalayo," sabi ko.

"Gago ka! Gusto mo banatan kita!" singhal niya sa akin.

Napasigaw ako na malakas niyan naagaw sa akin ang pambomba, hinagis niya iyon sa malayo na hindi ko na maabot. Tumingin ako kay Carla na hindi rin alam ang gagawin ipagtanggol naman niya ako. Akala ko magiging hero na ako ngayon. Nakaisip naman ako agad ng paraan nilabas ko ang cellphone ko at tinawagan si Amber.

"Amber, hello, tulungan mo ako nasa rest—" Sumigaw muli ako na agawin din niya ang cellphone ko at hinablot ang buhok ko at tinulak pa. Dumaing naman ako at sinamaan siya ng tingin. Walang hiya, papangetin pa ata ako.

"Chico, tumigil ka na." Iyon lang ang sinabi ni Carla. Dapat pala umalis na lang ako at hindi na siya tinulungan. Pero nawala ang inis ko na siya naman ang balingan ni Chico. Hindi ako makagalaw na hilahin niya si Carla at sinuntok niya ito sa tiyan. Nang tuluyan ng manghina si Carla, pinahiga niya ito at pilit na sinisira ang blouse. Nanginginig ang buo kong katawan sa takot at sa nakikita ko. Pilit pa rin lumalaban si Carla na hindi siya tuluyan magalaw ni Chico. Bago pa mahuli ang lahat kinuha ko ulit ang pambomba at walang ano-

ano na pinokpok ito sa ulo ni Chico, tatlong beses na malalakas ang ginawa ko. Lumayo na siya kay Carla at hawak-hawak ang duguan ulo. Nabitawan ko ang pambomba at akmang tatakbo na ng dumating si Amber, gulat ang reaksyon nito at lumabas muli siya ng restroom. Nilapitan ko si Carla na namimilipit sa sakit sa pagsuntok sa kanya ni Chico.

"Dito tulungan ninyo kami." Bumalik si Amber muli at kasama na sina Neo, Avery, Gia at si crush. Halos lahat sila gulat sa nakita.

"Anong nangyari?" tanong ni Neo.

"S-si C-Chico," utal-utal na sabi ni Carla.

Hinablot ni Avery ang kwelyo ni Chico at pinagmumura ito. Sinuntok niya rin sa mukha na halos ikadugo rin ng bibig niya.

"Dalhin natin siya sa guidance," sambit ni Neo kay Avery.

Pagkalabas ng tatlo lumapit si Gia kay Carla. Nagtaka nga ako na hindi na ito nagsasalita o sumasagot sa tanong ni Gia, nawalan na pala siya ng malay. Tutulungan ko sana si Gia na buhatin si Carla pero natigilan ako na magpresinta si crush nakalimutan ko kasama pala namin siya. Nagkalapit kami muli subalit para buhatin niya si Carla. Alam mo 'yon ayos lang naman na buhatin niya ito dahil sa ginawa sa kanya ni Chico pero parang huminto ang mundo ko na nahawakan niya si Carla sa bisig niya. Hinihiling ko na sana ako 'yong nasa posisyon niya.

Nang makalabas na sila sumunod sa kanila si Gia at eto ako nakaupo pa rin at naging tulala. Oo, inaamin ko nagseselos ako. Lintek 'yan, ang sakit kase parang hindi ako makahinga.

Chapter 4

BUNTONG hininga ang palagi kong ginagawa. Nasa labas kami ng clinic kasama ko sina Amber na nakatayo sa gilid ko, si Cissy na katabi kong nakaupo at si Gia na nakaupo sa harapan namin. Hinihintay kase namin 'yong Nurse na tumingin kay Carla. Sa clinic kase siya dinala.

Hanggang ngayon pa rin hindi ko maiwasan malungkot. After kase madala ni crush si Carla sumunod siya kina Neo at Avery para asikasuhin si Chico. Kanina pa nga ako tinatanong nang tatlo pero walang boses ang lumalabas sa bibig ko.

"Excuse me." Lahat kami napalingon kay Neo at sabay tingin sa akin. "Pupuwede ba kita isama Adrielle, kailangan ka kase makausap ni President tungkol sa nangyari kanina."

Humigpit ang hawak ko sa palda ko at the same time kinakabahan din ako. Ano sasabihin ko? Bakit siya pa ang mag-i-interview sa akin. Tumayo na lang ako at nagpaalam sa tatlo.

Nang makarating na kami ni Neo sa SC ako na lang daw pumasok may aasikasuhin pa raw siya. Una sa lahat ayoko pumasok sobra ako kinakabahan para bang mamamatay ako kapag pumasok ako. Ang oa ko ba? Pinihit ko na ang doorknob at dahan-dahan pumasok.

Naabutan ko siyang nakaupo at napatingin sa akin na makita niya ako.

"Take a seat," wika niya.

Umupo naman ako at hinintay muli ang pagsalita niya.

"Gusto ko sana ikuwento mo ang buong nangyari. Ikaw lang kase ang naroon that time."

"A-ah... habang nanalamin ako sa restroom dumating si Carla at Chico nagtatalo na sila. No'ng una hindi nila ako napansin pero kalaunan nakita rin nila ako. Ta's ayun, binabastos na ni Chico si Carla inawat ko naman si Chico kaso masyado siyang malakas kaya sinaktan niya ako. Sinunod niyan sinaktan si Carla at balak halayin," pagkuwekwento ko.

"Ikaw ba 'yong pumalo kay Chico nang pambomba?"

Umangat ang tingin ko at napaiwas ako agad, qng hirap talaga niya tingnan ng matagalan. Ang dami kong gusto sabihin pero ewan ko ba, parang wala ako sa sarili para manahimik ng ganito.

"Tinatanong kita narinig mo ba?"

"Huh?"

"Tsk, ikaw ba ang nagpalo kay Chico ng pambomba? Oo o hindi?"

"Oo, nagseselos ako." Nanlaki na lang ang mga mata ko na huli na ang lahat sa binitiwan kong salita. Bakas din sa mukha niya ang gulat at pagtataka. Bigla ko naman ginulo ang buhok ko. Bahala na kung makita niya akong ganito.

Adrielle, magdahan-dahan ka naman sa pananalita mo.

"Kaya mo siya pinalo dahil nagseselos ka sa kanila?"

"H-hindi, nagkakamali ka. Kase ganito 'yon, kaya ko lang naman siya napalo kase baka tuluyan na niyang i-rape si Carla. Hindi ko naman sinasadya."

Sumandal siya sa upuan at pinaglaruan ang ballpen na hawak niya. Ano kaya iniisip niya?

"Well, I understand you. Thank you for your participation. You may go."

Sumulyap muna ako sa kanya bago ako lumabas ng SC. Napahagod na lang ako sa buhok ko at pinuntahan muli sina Amber. Kausap na nila ang Nurse at nakichismis ako.

"Maya maya lamang ay magigising na siya malakas kase ang pagkakasuntok sa tiyan niya kaya nawalan siya ng malay. Maiwan ko muna kayo."

"Salamat po," wika ni Gia.

"Gia, ikaw na bahala kay Carla. Babalik na kami sa room, may klase pa kase kami," sabi ni Amber.

"Sige ako ng bahala sa kanya. Salamat sa inyo." Tumango kami sa kanya at naglakad paalis sa Clinic.

Habang klase nakadukdok lang ang ulo ko sa desk, wala ako sa mood makinig. Nasaktan din ako pero hindi sila nag-aalala— I mean, hindi man lang siya nag-aalala sa akin. Ganon na ba ako hindi ka importante, tsk, nang gigigil talaga ako. Ilang oras lang natapos din ang klase nilapitan naman ako nina Amber at Cissy.

"Hanga ako sa 'yo Adrielle, kahit na inaaway ka ni Carla handa mo pa rin siya tulungan. I salute you." Napangiti naman ako sa sinabi ni Cissy kahit papaano gumaan naman ang pakiramdam ko.

"Sa susunod kapag may nangyaring ganon tumawag ka lang sa 'kin. Buti na nga lang naintindihan ko pa rin ang sinabi mo. Okay ka lang ba?" Tumango ako kay Amber kahit 'yong totoo masakit ang ulo ko, ang sakit manabunot nong Chico na 'yon, inggit ata sa maganda kong buhok.

"Kawawa nga lang si Carla kase siya ang napuruhan. Pero kung ikaw ang ginanon niya, naku, baka magtulungan kami ni Amber na pabagsakin 'yan si Chico." Sabay senyas ni Cissy kay Amber.

"Hindi naman mangyayari 'yon may tiwala ako kay Adrielle. Mahina man ang utak niya sa acad matalino naman 'yan sa pakikipaglaban."

Tumawa ng malakas si Cissy at ako naman sinamaan ko siya ng tingin.

"Grabe ka sa 'kin," sabi ko.

Biglang nag siayusan ang lahat na pumasok si Prof. Helena at may kasama siyang isang lalaki. Mukhang familiar nga, e, parang nakita ko na siya somewhere. Pinakilala siya ni Prof. Helena at Kenzo pala ang name nung lalaki. Napataas nga ang kilay ko na sa akin siya tumingin at nginitian ako teka, kilala ba ako nito.

"You may seat."

Mas nagulat ako na tumabi ito sa akin umupo. Wala kase si Shaniah, ewan ko ba, kung bakit absent. Hindi siya pwede umupo rito.

"Excuse me, may nakaupo na kase dyan maghanap ka na lang ng iba," sabi ko sa kanya.

"Gusto ko rito."

"Bingi ka ba? May nakaupo nga dyan may bakante pa sa likod doon ka pumwesto."

"Bakit ba ang sungit mo? Okay naman 'yong una natin pagkikita, 'di ba?"

Inalala ko ang sinabi niya at halos nanlaki ang mga mata ko na siya pala 'yong lalaki na nakabangga sa akin. Dito siya mag-aaral?

"Ang cute mo pala magulat." Sabay ngiti na naman sa akin.

Inirapan ko siya at nakinig na lang sa dinidiscuss ni Prof. Helena. Dumagdag pa siya sa kainisan ko. Kinuha ko ang notebook ko at nagsulat ng lecture. Nakita ko naman siyang nakaupo lang at nakatuon sa discussion. Mukha siyang matalino kaso makulit naman.

"Baka ma-inlove ka niyan."

Tumawa ako at napailing sa kanya. "Asa ka." Tsk, ang yabang, kay crush lang ako 'no siya lang ang mamahalin ko at wala ng iba. Kahit na siya ang lalaking matira sa mundo magpapakamatay na lang ako.

Habang pabalik na ako sa room tinawag ako ni Gia para itapon sa likuran ang basura na naipon sa SC.

Dahil mabait ako kinuha ko 'yon at gumawi sa likuran. May nag-aasikaso naman 'yon after mailagay.

"Hi."

"Ay kabayo." Halos mapatalon ako sa gulat. Pesteng Kenzo na 'to.

"Hahahahaha. Nakakatawa itsura mo sayang hindi ko na picture-an."

"Tseh! Bakit ka ba nandito? Sinusundan mo ba ako?"

"Bakit kita susundan, feeling mo, ah." Pinasok niya sa bulsa ang kamay niya at cool na hinagod naman ng isa niyan kamay ang buhok niya. Feeling ko nga huminto ang mundo ko na makita ko siyang mag ganon. Agad naman ako umiling at hindi na lang siya pinansin.

"Tutal... kasama naman kita pwede mo ba ako i-tour dito." Sabay tingin sa akin.

"Ayoko nga, kaya mo na 'yan." Akmang aalis na ako na hawakan niya ako sa braso. Nilingon ko naman siya at nagulat na lang ako na hilahin niya ako. "Teka, saan tayo pupunta?"

"Huwag kang maingay."

Kainis! Tri-ny ko naman pumiglas kaso ayaw talaga patinag. Feeling close naman 'to baka isipin ng iba may relasyon kami. Huminto kami sa isang bench, ano naman gagawin namin dito.

"Bibili ako ng pagkain ano gusto mo? Hintayin mo na lang ako rito."

"Ano kamo? Bakit kita hihintayin saka bakit ba tayo nandito?" iritable kong sabi.

"Huwag ka ngan masungit, noong una natin pagkikita ang bait-bait mo naman ta's ngayon ang sungit-sungit mo. Meron ka ngayon 'no?"

"Wala kaya, bahala ka nga dyan!" Tinalikuran ko na siya at naglakad paalis. Kaimbyerna, makabalik na nga lang sa room. Kaso hindi pa ako nakakalayo na bigla akong umangat sa ere, I mean, bigla niya ako binuhat na parang sako. "Ibaba mo ko. Sisigaw ako rito."

"Subukan mo, baka sa iba lumanding ang kamay ko." At naramdaman ko nga ang kamay niya na tumataas. Gosh, nakapalda pa naman ako. Aish!

Bumalik kami sa bench at binagsak niya ako. Akala ko nga aalis na siya agad kaso nasa harapan ko pa rin siya at halos maduling naman ako sa sobrang lapit ng mukha namin. Nakakatakot naman 'to, mukha na siyang manyakis sa itsura niya.

"Siguro naman susundin muna ako ngayon," sabi niya at tinulak ko siya ng kaunti.

"Lumayo ka na nga baka may makakita."

"Tsk, baka naman natatakot ka lang ma-inlove," sabi na naman niya sabay ngisi.

"THE BOTH OF YOU, GO TO THE SC NOW!" Sabay kami napalingon ni Kenzo na nasa kalayuan si crush at nakatingin sa amin. Nanlaki na lang ang mga mata ko na maalala kung ano ang itsura namin ni Kenzo. This time malakas ko na siyang itinulak at lumayo. Patay, ano kaya iniisip ni crush. Sabi na nga ba may makakakita sa amin peste naman kase 'tong Kenzo na 'to.

Nauna akong lumakad at sumunod kay crush. Nang nasa SC na kami una muna niyan kinausap si Kenzo kaya naiwan ako sa labas. Bakit kaya hindi na lang kami isinabay para isang usapan na lang. Mabuti na lang wala pa kaming klase baka nga hinahanap na ako nina Amber at Cissy. Hindi ko naman marinig ang pinag-uusapan ng dalawa. Maya maya lumabas na si Kenzo, sinamaan ko siya ng tingin bago ako pumasok sa loob. Umupo ako sa bakanteng upuan na nasa harap ng table ni crush.

"So, I'm going to ask you. Anong ginagawa ninyo sa Bench? Alam niyo bang bawal ang PDA."

"HUH? Teka, hindi kami nagp-pda 'no. Saka kasalanan naman ni Kenzo nagtatapon lang naman ako ng basura sa likod na bigla niya ako hilahin. Ta's ayun, basta wala naman kami ginagawa."

"Rule #8 sa buong campus bawal ang PDA kahit sabihin mong hindi kayo basta nahuli kayo sa ganoon sitwasyon. Well, kung iba makakakita sa inyo I think 'yon din ang iisipin sa inyo. May number ka ba ng parent's mo?"

"W-wala, bakit mo tinatanong?"

"Dapat malaman 'to ng parent's mo." Hala, patay ako! Hindi dapat 'to malaman nina Mama at Ate malalagot ako.

"Huwag please, ayokong malaman nila. Baka kase isipin nila na boyfriend ko si Kenzo tapos malalaman 'yon ng mga kapitbahay namin. Malapit lang kase bahay ni Kenzo sa amin. Ano na lang mangyayari sa pag-aaral ko baka i-arrange kami tapos magiging asawa ko siya. Hindi ko kaya, ayokong mangyari 'yon. Please, huwag mo kong isusumbong kay Mama."

"Storyteller ka rin pala." Sabay sandal sa inuupuan niya.

"Pumayag ba si Kenzo na tawagan ang parent's niya?"

"No, pero tinanggap niya ang parusa since nagp-pda nga kayo."

"Ano bah! Hindi nga kami nagp-pda!" Nagseselos siguro siya ayaw pa umamin.

"Okay, so ayaw mo tawagan ang parent's mo it would be a first warning to both of you. Next time na makita ko kayong ganon ang sitwasyon hindi ko 'yon palalampasin." Bakit feeling ko nagseselos talaga siya. Deep inside kinikilig talaga ako. "You may go back to your room." At inasikaso ang mga papel na nasa table.

"Thank you," mahina kong wika.

Paglabas ko halos mamatay na naman ako sa gulat na nasa labas pa pala si Kenzo at hinihintay ako.

"Bakit nandito ka pa? Baka makita tayo ni Cru- este President."

"Umpisa na ang klase, tara na." At nauna siyang lumakad. Napakamot na lang ako sa batok ko at wala naman akong choice. Habang naglalakad kami nakasalubong namin si Carla na parang tuliro, para bang hindi siya mapakali.

"Miss, are you okay?" Naks, mabait siya, ah. Tingnan natin kung makakaya mo ang katarayan ni Carla. Tiningnan siya nito at napalingon sa akin.

"Wala," wika ni Carla at sabay yuko. Ang weird ata niya ngayon. Gumawi ang tingin ko sa palda niya na kanina pa niya hinahawakan at doon lang sumink in sa utak ko ang nangyayari sa kanya ngayon. Agad naman ako lumapit kay Kenzo at pinauna na siyang makabalik sa room at nang makaalis na siya hinawakan ko si Carla sa braso at hinila sa restroom.

"What do you think your doing?" inis niyan sabi na nasa tapat na kami ng isang cubicle.

"Linisin muna 'yan habang wala pa nakakakita." Sabay turo ko sa palda niya.

Pumasok naman siya at hinintay na rin makalabas. Pagkatapos niya magpalit ay papasok na sana ako sa isang cubicle na bigla kong sabihan si Carla na mauna na siya. Pagkatapos ko umihi ay nagtaka ako na hindi ko mabuksan ang pintuan, kahit anong gawin ko ay hindi ko talaga mabuksan.

"May tao ba dyan?"

Hala, anong gagawin ko? Oras nang klase namin. Dapat pala sumabay na ako kay Carla palabas. Ilang beses ko pinipihit na buksan pero ayaw pa rin. Sumisigaw na rin ako baka sakaling may dumating.

"May tao ba dyan? Tulong!"

Hindi ko napigilan mag-panic, first time ko ma-lock sa restroom. Paano na ako nito? Nilabas ko naman ang cellphone ko at bahala na kung sino una kong matawagan.

Chapter 5

TATLONG ring ang narinig ko sa kabilang linya nang itapat ko na ito sa tenga ko umaasa ako na may sasagot. Matindi na ang takot ko at nanginginig na rin ako.

"ADRIELLE!" Boses ni Amber 'yon, ah.

"Amber, tulungan mo ako." Agad ko naman kinalampag ang door knob para malaman niya kung nasaan akong cubicle.

"Teka." Nahanap niya ako at pinilit na buksan ang pintuan kaso hindi niya raw mabuksan. "Babalik ako Adrielle, hihingi ako ng tulong."

"Amber."

Wala ng boses akong narinig, umalis na ata siya. Namatay na rin ang tawag ko sa isang number nawalan na kase ng signal. Binalik ko na sa bag ang cellphone at hinintay si Amber. Halos 15 minutes na ako sa loob ng restroom hindi pa rin bumabalik si Amber. Napaupo na nga lang ako sa kakahintay mabuti na lang hindi mabaho sa loob kung hindi baka mahimatay na ako rito.

Bigla naman ako napatayo na parang may kumakalikot ng door knob. Bumalik na ata si Amber, akala ko hahayaan niya na lang ako rito, ayoko ngan mabulok dito 'no. Dahan- dahan naman bumukas ang pintuan at sa pagbukas nito agad ko niyakap si Amber. Pero napahinto ako sa ginawa ko na mapagtanto na hindi pala si Amber ang niyayakap ko. Mabilis akong humiwalay at gulat na gulat na mapatingin kay crush.

OMG! Nakakahiya ka Adrielle.

"Adrielle." Napalingon naman ako sa gilid ko na nandoon pala si Amber at Gia. Nakakaloka at sobrang nakakahiya, ano na lang iisipin ng dalawa. Lumapit sa akin si Amber at nagpasalamat kay crush.

"Pasensiya ka na President, minsan kase may pagka-anga si Adrielle. Suggest ko na lang na ayusin kaagad ang cubicle na 'yan para wala ng makulong."

"No problem, I will ask Neo about it." Tumingin muna siya sa akin bago umalis. Doon lang ata ako nakahinga ng maluwag.

"Okay ka na ba Adrielle?" tanong ni Gia.

"Oo, ayos lang ako. Sorry kung naabala ko kayo ni President."

"Ano ka ba wala 'yon. Saka responsibilidad namin na tulungan ka lalo na SC kami. Basta ang mahalaga ligtas ka na. Sige, mauna na ako."

Nang makaalis na si Gia nakatanggap ako ng batok kay Amber, ang sakit non, ah. Anong problema niya?

"Bakit mo ginawa 'yon?"

"Ang alin?"

"Nagde-deny ka pa. Bakit mo siya niyakap? Anong akala mo nasa fairytale ka at niligtas ka ng Prince

Charming mo? Aish naman, lumilipad na naman ba ang utak mo?" Minsan talaga este araw-araw masakit magsalita si Amber kaya nga napapaisip ako kung layuan ko na siya.

"Nagkamali ako akala ko kase ikaw 'yong nagbukas ng pinto. Sorry na Amber, hindi ko talaga alam."

"Hayaan muna. Medyo naguguluhan lang ako."

"Bakit? Anong meron?"

"Nakasalubong ko si Carla kanina, tinanong ko sa kanya kung nasaan ka at sabi niya nandito ka nga raw, alam naman niyan may sira ang cubicle dito bakit hindi ka niya sinabihan hindi man lang niya inisip na makukulong ka nga. Nalaman ko na lang kay President na sira talaga ang cubicle na 'yan at hindi pa napapaayos."

"Baka nakalimutan niya lang," sabi ko na lang baka nawala sa isip niya since meron siya ngayon.

Bumalik na kami ni Amber sa room at nag-umpisa magklase. Papalapit na rin pala ang retreat namin at syempre excited ako. Gagawin ko ang lahat para maging memorable 'yon.

Sa pag-uwi ko sinadya ko na dumaan sa Shop na palagi kong nakikita, curious talaga ako rito. Saka nagtataka ako kase bakit ako lang nakakakita nito. Minsan nga ayain ko sina Amber at Cissy para makita nila ang Shop na 'to. Malaking 'Magic Shop' ang nakalagay sa taas maraming makukulay na parang christmas light sa palibot nito sabi ko nga parang perya. Humakbang na ako para makapasok sa loob. Kaya lang naisip ko baka walang tao saka mamaya may makakita sa akin at pag-isipan na magnanakaw ako.

Tumalikod na ako para umalis na may marinig ako. Bumukas ang malaking pintuan at halos mamilog ang mata ko na makukulay din ang nasa loob. This time, pumasok na talaga ako. Nilibot ko ang buong loob ng Shop, may mga paintings na nakadikit sa pader may mga libro naman sa isang gilid at makukulay na ballpen, sa kabila naman ang shelves ng mga maliliit na bote na hindi ko alam kung ano ang laman. Iisipin mo na pambata lang ang nasa loob at puro laruan. Napansin ko rin na walang tao sa isang table na pang cashier. Naalala ko tuloy ang Honesty Store.

"Bakit kaya walang tao?"

Tri-ny ko naman hanapin ang may-ari kaso wala, parang ako lang ata tao rito. Umalis na kaya ako, baka mamaya may dumating dito. Bigla ako nagulat na malakas na sumara ang pintuan, tumakbo ako agad at na-lock na naman ako. Nag-dial ako ng number at tinawagan si Amber.

"Bakit hindi siya sumasagot."

Tinigil ko na ang pagtawag at lumakad na lang papalapit sa mga libro. Napanganga naman ako kase wala akong maintindihan as in iba ang language. Foreigner ba ang may-ari nito, hindi kaya, witch? parang sa mga movie. Ang oa ko ba?

"Welcome to Magic Shop, Miss Adrielle. Im sorry to wait you for a long minute."

Lumingon ako sa taong nagsalita at isa itong matanda na akala mo kasing-edad mo. Naka black long dress siya at naka bun ang hair. May hawak siyang mahabang parang magic wand. Napahawak naman ako sa mga mata ko at ilang beses na pumikit dumilat pero hindi naman ako nananaginip.

"Kayo po ang may-ari nito? Saka paano niyo po ako nakilala?"

"Yes, my dear. I am the owner of this Shop. My name is Elicia, but you can call me Eli for short. Nabasa ko kase sa ID mo ang pangalan mo."

"E... hindi po ba pwede Lola Eli?" Matanda kase siya kaya dapat Lola ang itawag ko sa kanya.

"Anything you want my dear. May maiitulong ba ako sa iyo?"

"Uhm... kase po curious lang po ako sa Shop na 'to, kaya pumasok ako. Ano po ba ang mga binebenta ninyo?"

"Well... I have books, pen, paintings and potion."

"P-potion?" Teka, hindi ba, hindi naman totoo ang mga potion. Bakit nagtitinda siya non. Saka, isa pa, wala naman naniniwala sa mga ganon. Naalala ko si Lola na gumamit daw siya ng gayuma kay Lolo kaso wala naman epek kase hindi naman 'yon totoo. Pero ngayon ko lang nalaman na pwede pala 'yon ibenta.

"Are you interested in the potion?"

"Hindi po. Pero magkano po ang isang potion?"

"$25 USD."

"Ganon kamahal?"

Isang ngiti lamang ang sinagot niya at lumapit sa mga shelves ng potion. As in ang mahal kung ico-convert mo 'yon sa Philippine Peso nasa 1k plus ang presyo. Saan ako kukuha non, wait lang, wala naman ako balak bumili.

"Ano ang gusto mo, magbibigay ako ng discount sa iyo."

"Po?" Isa-isa ko naman tinitigan ang mga potion, iba-iba ang kulay nito lahat ng iyon ay kumikintab na parang may glitters at lahat din ng iyon ay may mga pangalan at mga description. "Kayo po ang gumawa nito?"

"Yes only me. I was remember noong nabubuhay pa ang mga kapatid ko na sina Iverne, Red at Georgina, kami-kami ang nag-iimbento ng mga potion. Kaya lang dahil maaga sila namatay ako na lang ang nagpatuloy ng tradition namin."

"Wala na po kaseng naniniwala sa mga potion. Kapanahunan pa po 'yan ng Lola ko. Saka hindi naman po 'yan effective."

"Alam mo Adrielle, if you want to believe there's a truth on you that it can believe. Bakit hindi mo subukan, malay mo, pagbalik mo rito mapasalamatan mo pa ako."

PAG-UWI ko sa bahay, nakita ko si Ate na may binubuhos sa isang trashcan, napagtanto ko na lang na gamit ko 'yon pinigilan ko si Ate at kinuha ang mga gamit ko.

"Ano ba Ate, ano ba ginagawa mo?"

"Naglinis ako ng kwarto mo ang dami-dami mong kalat. Nag-aaral ka ba talaga o nangangalakal?"

"Hindi naman 'yan basura, e. Mga gamit ko 'yan."

"Gamit mo? Mga patapon lang naman 'yan. Lalo na 'to, mga basyo ng ballpen saka ito mga papel na hindi ko maintindihan kung dinaanan ba ng bagyo. Saan ba galing 'yan?"

Pagkatapos ko kuhanin lahat, pumasok ako sa loob ng bahay. Pakielemera talaga si Ate. Umakyat ako sa kwarto at ibinalik sa isang malaking kahon ang nakuha kong gamit ni crush. Itinago ko 'yon sa ilalim ng kama ko para hindi na makuha pa ni Ate.

Nagpalit na ako ng damit at kinuha ang isang maliit na papel na ibinigay sa akin ni Lola Eli, isang invitation sa Sabado. Ipapaliwanag niya raw sa akin lahat about sa potion. Noong una ayoko kase hindi ako naniniwala roon saka masasayang lang oras ko pero hindi naman masama mag-try, 'di ba. Kaya lang, saan ako kukuha ng malaking pera. Sumilip ako sa bintana at nakita ang Magic Shop palaisipan talaga sa akin ang Shop na ito. Maaya nga bukas sina Amber at Cissy.

KINABUKASAN sa School, hinanap ko agad ang dalawa, naabutan ko sila kumakain sa Cafeteria. Bumili muna ako ng pagkain at tumabi na sa dalawa.

"Sama kayo sa 'kin mamayang uwian."

"Saan na naman?" tanong ni Amber.

"Doon sa Magic Shop, puntahan natin 'yon, promise, mabibighani kayo."

"Bakit mo nasabi nakapunta ka na?" tanong naman ni Cissy.

"Gumawi ako kahapon, akala ko nga walang tao. Nakausap ko pa nga 'yong may-ari si Lola Elicia. Ang mga binebenta niya ay books, pen, paintings at potion."

"Potion?" wika ng dalawa.

"Oo, potion. Hindi naman kayo bingi, 'di ba?"

"Hindi ko ba alam kung maniniwala kami sa 'yo. Hindi na uso ngayon ang mga potion. Saka wala naman ako nakita na Shop dyan," usal ni Amber na ikinataka ko.

"Sabi na nga ba gawa iyon ng mga Hogwarts hindi kaya nakapunta na sila rito at kumakalat sa buong syudad. Oh my, makikita ko na ba si Harry Potter."

Agad naman siya binatukan ni Amber. "Isa ka pa. Ano ba kayo, lumalala na ata ang utak ninyo. Hindi nga totoo ang mga ganyan, iyan kase ang napapala ninyo kakapanood ng Harry Potter."

"Sandali Amber, hindi ako nagbibiro as in totoo ang Magic Shop. Sayang nga lang hindi ko na picture-an pero may ipapakita ako sa inyo." Mabuti na lang dala ko ang invitation. Hinanap ko 'yon at pinakita sa dalawa. "Bigay 'yan nung may-ari, pinapupunta niya ako sa Sabado para raw ipaliwanag ang mga potion. Kung curious kayo puwede ko kayo isama para maniwala kayo."

Sabay na tumingin sa akin ang dalawa at napapailing na lang si Amber. Si Cissy naman ay tinitigan ako. Bakit ganyan sila mag-react.

"Naniniwala ako sa 'yo Adrielle kaso wala naman nakasulat sa papel."

Binalik nila sa akin ang papel at tama nga sila na wala ngan nakasulat. Kahapon meron 'to saka hindi naman ako nababaliw tama naman lahat na nakita ko. Bakit kaya ganon.

"Tama na ang kalokohan, bumalik na tayo sa klase." At nauna na umalis si Amber.

"Huwag kang mag-aalala Adrielle, sasama ako sa 'yo mamaya para makita 'yong Magic Shop. Excited ako baka makita ko talaga si Harry Potter."

Uwian na kasama ko na si Cissy. Bakas sa mukha niya na excited nga siya. Kaya lang ang problema 'yong Magic Shop na sinasabi ko ay para nang Haunted House. Maraming mga halaman, sira-sira ang gate at wala naman makikita sa loob. Totoo kayang nababaliw na ako? Magpa-mental na kaya ako.

"Saan ba banda? Malayo pa ba?"

"Ito na 'yon sa harapan natin Cissy. Nagtataka ako bakit naging ganito 'to. Kahapon ibang-iba ang itsura nito."

"Baka nakalagpas tayo? I-search mo kaya kung saan location?"

"Sorry Cissy, mukhang nagkamali ata ako. Hindi ko maintindihan, kahapon talaga nakapunta ako rito tapos nakapasok pa nga ako. Naguguluhan na ako."

"Baka naman stress lang 'yan ang dami kase natin gawain lately. Magpahinga ka na lang muna."

Nagpaalam na kami ni Cissy sa isa't isa. Super dissapointed ako kase akala ko makikita na niya 'yong Shop. Bakit kaya nakaganon? May third eye kaya ako.

"Musta Adrielle?"

"Ay kabayo ka. Aish naman Kenzo, ba't ka ba nang gugulat?"

"Hahahahaha. Ang gwapo ko para maging kabayo. Kanina pa kita tinatawag parang wala kang naririnig."

"Malalim lang ang iniisip ko. Sandali, may nakita ka bang Magic Shop malapit dito?"

"Wala naman. Ngayon ko lang 'yan narinig." Pati ba naman siya. Kinilabutan ako baka mamaya multo pala si Lola Elicia. Iniwan ko na si Kenzo at tumakbo pauwi.

Chapter 6

HABANG naglalakad ako sa hallway sumasagi pa rin sa utak ko ang Magic Shop, sobrang palaisipan talaga, hindi ko alam, kung ano ang misteryo mayroon ito. Paano na lang kung bumalik ako at hindi na ako makalabas? Kailangan ko pag-isipan ang pababalik ko sa Sabado.

Agad naman ako natumba na may nabangga pala ako. Sa aking pag-angat si crush pala ito, naglahad siya ng kamay para tulungan ako tinanggap ko 'yon at inayos ang palda ko.

"Sorry, hindi ako tumitingin sa dinadaanan ko," wika ko.

"Wala 'yon. Naalala ko bakit mo ko tinawagan kahapon?"

Lumaki ang mga mata ko pagkarinig ko non. Wait, tinawagan ko ba siya kahapon? Omg! Siya pala na-dial ko sa restroom hindi ko na napansin.

"Nagkamali ata ako, si Amber dapat tatawagan ko kaso ikaw pala natawagan ko. Sorry talaga."

"Bakit alam mo ang number ko?"

"A-ah... k-kase..." Anong palusot sasabihin ko? Sasabihin ko bang in-instalk ko siya at kinuha 'yon kay Gia baka iba ang isipin niya. "Sinave ko talaga syempre President ka ng SC dapat lang may number kita lalo na kahapon emergency ang nangyari responsibilidad ninyo kami, ika nga ni Gia."

Pinamulsa niya ang isa niyan kamay at cool na umiwas ng tingin sa akin. Dumating kase si Carla na may bitbit na pagkain at inaaya si crush na sabay sila kumain para tuloy silang mag jowa sa ginagawa nila. At hello, nasa harapan nila ako wala man lang kahihiyan?

"Bibili na lang tayo ng inumin sa Cafeteria. So, let's go?"

Isang sulyap ang ginawa ni cush sa akin bago lumakad papalayo. Tiningnan din ako ni Carla at hindi na pinansin pa. Wow! Ibang klase! Napapadyak na lang ako sa sobrang inis. Ang sarap niyan kalbuhin sana pala hindi ko na siya tinulungan kahapon.

Bumalik ako sa room at tumabi kay Shaniah. Naiinis pa rin ako habang nagtuturo na si Prof. Mia. Gusto ko na matapos agad ang klase para malaman kung nasaan na si crush ako lang dapat ang kasama niya at wala ng iba.

"Wala kang galit sa notebook mo 'no?" sabi ni Shaniah at laking gulat ko na punit-punit na ang ilang pahina ng notebook ko.

"May asungot kaseng nagpapakita sa isip ko, hehe."

Kawawang notebook pinagbuntungan ko pa. Ilang oras lamang natapos na ang klase. Pinaalala muli ang retreat, 2 weeks daw kami sa Batanes. And feel ko magiging memorable 'yon at sana rin that time magkagusto na sa akin si crush.

"Uy Adrielle, tara na sa Cafeteria," aya ni Amber kasama si Cissy. Tumayo na ako at lumabas na kami ng room.

Pagdating namin sa Cafeteria nasa isang table na sina crush, Carla, Neo at Gia. Para silang star prince and princess dahil sila lang ang may karapatan sa batas ng School dahil SC sila. Sinamahan ko si Cissy um-order. Kaya lang ang tahimik na atmosphere ay umingay na, kaibigan ni Chico ang pumasok sa Cafeteria, marami ang natatakot sa kanya dahil basagulero rin, at ewan ko kung bakit hindi pa siya naki-kick out kasama ni Chico. Medyo kinabahan nga ako na tumabi ito sa akin sa pagbili ng pagkain umusod ako ng kaunti papalapit kay Cissy.

"Are you scared of me?" Rinig kong sambit niya.

Hindi ako sumagot malay ko ba kung ako ang kausap niya. Hinihintay na lang namin maluto ang order namin. Nang bigla niyan hawakan niya ang palda ko, so, tendency nahila niya ako at halos magkadikit na ang katawan namin.

"Ano bah!" singhal ko sa kanya. May gana ba siyang patulan ako. Wala naman akong ginagawa.

"Tsk, takot ka nga sa 'kin."

"Excuse me, bitiwan mo kaibigan ko. Huwag kang gumawa ng eskandalo rito," sabi ni Cissy.

Tinulak ko siya papalayo kaso 'yong braso ko naman hawak niya. Anong bang problema niya?

"Wala ka bang narinig? Bitiwan mo si Adrielle." Lumapit na sa amin si Amber at medyo nakiki chismis na rin ang ibang istudyante sa Cafeteria. May isa pa ngan lalaki na nagsabi na resbakan na nila ang lalaking 'to. Napadaing naman ako sa sakit na lalo niyan higpitan ang paghawak sa braso ko may balak ba siyang balian ako.

"I'm Neo, Vice President of SC, I'm warning you, if you don't stop hurting Adrielle we will make a step to kick you. After Chico harass Carla we don't want anyone hurting innocent people." Nakatayo na ito at nakatuon sa amin, samantala ang tatlo ay seryosong nanonood sa amin.

"Tsk, tingin mo ba natatakot ako sa SC. Walang kwentang posisyon at pamamalakad. Kung ako sa 'yo mananahimik na lang ako kung ayaw mo bawian agad ng buhay," sabi nito habang nakatingin sa akin.

"So, are you insulting now our position? Baka naman gusto mo totohanin na ni Neo ang sinasabi niya. Wala kang karapatan magsabi ng masasamang salita sa amin," sabat naman ni Carla.

This time, binitiwan na niya ako. Halos namula ang braso ko ang laki kaya ng kamay niya para siyang si 'The Hulk'. Humarap siya kina Neo at Carla at lumakad ito papalapit sa kanila.

"Don't you dare to hurt us. Baka nakakalimutan mo marami ang nakakasaksi," sabing muli ni Carla.

"Ano naman? Mas maganda ng ilabas ang baho ng mga SC puro lang naman kayo kayabangan at pinagmamalaki ang posisyon wala naman naitutulong. Tama ako, 'di ba, President?" Nakakalokong ngiti ang sumisilay sa pagmumukha niya. Ang lakas ng loob niya kalabanin ang SC.

"You are always wrong Bet. Stop what you are doing. Hindi ka nakakatulong mas maganda siguro na patahimikan ka na rin namin kagaya ni Chico, ayoko ng may na-i-involve dahil sa ugali mo."

Tumawa ng malakas si Bet wala siyang paki kung President ang kausap niya.

"Let's make a bet and I will stop doing anything."

"What do you want?"

Lumingon sa akin si Bet na may ngisi ang labi. Nakaramdam ako ng takot at kaba. May binabalak ba talaga siya sa akin? Parang ayoko na pumasok kinabukasan kung dito pa rin siya mag-aaral.

"Pambato mo si Carla, pambato ko ang babaeng 'yon." Sabay turo sa akin. "Let's fight them. If Carla win I am willing to leave this University. But, if that girl win Carla is getting mine."

Ano raw? Nasisiraan na ba siya ng ulo? Si Carla pala ang nais, akala mo naman papatulan siya.

*****

"Anong gagawin ko?" tanong ko sa dalawa na malalim ang iniisip. Bakit kase sa lahat-lahat nang babae bakit ako pa? Dapat si Amber na lang ang pinili niya since alam kong isang suntok pa lang niya kay Carla, e, tulog na 'yon. E, ako? Wala nga akong kayang gawin kundi magkagusto lang kay crush.

"Pakikiusapan ko si President labag naman sa SC ang ganon pakikipag-away saka hindi naman papayag si Carla na maglaban kayo."

"Oo nga, kaya kalma ka lang Adrielle, hindi naman kami papayag na may mangyari sa 'yong masama." Swerte ko talaga sa kanila. At least mapapanatag ang kalooban ko. Siraulo kaseng Bet na 'yan wala siguro magawa kaya nandadamay at nangtitrip.

"Adrielle." Lumingon ako kay Kenzo sabay hawak sa kamay ko. "Hihiramin ko muna saglit ang kaibigan niyo." Hindi pa sumasagot ang dalawa na hilahin na ako ni Kenzo.

"Saan mo ba ako dadalhin?"

Huminto kami sa bench at pinaupo niya ako.

"Gusto mo turuan kita?"

"Anong ituturo?" iritableng tanong ko sa kanya.

"Kung paano lumaban at pabagsakin agad ang kaaway. Sayang nga lang gusto ko sana ako ang lumaban para sa 'yo kaso ayaw akong payagan."

"Teka, teka, ano ba pinagsasabi mo? Hindi ako papayag na makipaglaban kay Carla and I'm sure ganon din si Carla. Ayoko itaya ang buhay ko dahil sa sinabi ni Bet."

"Pero kaya ko itaya ang buhay ko para sa 'yo."

Napatigil ako sa sinabi niya. Ako lang ba ang nakapansin nagiging seryoso na siya. Ang pagkakaalam ko makulit lang siya at walang ginawa kundi hilahin ako. Ibang Kenzo ata ang nakaharap ko.

"Tigilan mo na nga ako, walang away na magaganap. Hindi papayag ang SC para sa ganon na klaseng laban alam natin na labag 'yon."

"Kung sabihin ko sa 'yo na pumayag si President may magagawa ka ba?"

Natigilan ako. Ibig sabihin pumayag siya kahit bawal. Kaya niyan makita na may nag-aaway at may nasasaktan. Hindi ko mapigilan mainis.

"Nasaan siya?" agad kong tanong Kay Kenzo.

"Sino si President? Nasa SC room kausap si Car—oy Adrielle."

Mabilis akong tumakbo para puntahan siya. Magba-back out ako hindi ko kakayanin makipaglaban kay Carla, alam ko sa sarili ko na talo na ako. Pero mas maganda nga 'yon para mapaalis na si Bet. Ang ayoko lang ang masaktan paano kapag nalaman nina Ate at Mama.

Dere-deretso akong pumasok sa room ng SC hanggang makita ko si crush at Carla na magkayakap mas masakit pa pala 'to kaysa sa laban. Napansin ako ni crush at napaiwas ako ng tingin.

"May kailangan ka?" tanong niya sa akin..

"Hindi ka man lang kumatok bago pumasok. Wala ka bang manners?" ani sa akin ni Carla.

"Iwan mo muna kami Carla."

Pagkalabas ni Carla umupo si crush sa table niya. Marami akong gustong sabihin pero nong makita ko sila sa ganon sitwasyon parang umurong ang dila ko.

"Any problem?"

"Bakit?" lutang kong tanong.

"Huh? Anong bakit?"

"W-wala. Nalaman ko kay Kenzo na pumayag ka na matuloy ang laban namin ni Carla pro labag 'yong sa SC at alam kong alam mo 'yon. Parehas kami ni Carla na masasaktan at puwede 'yon malaman ng pamilya namin."

"So, are you willing to win Carla? In that case Bet is leaving University and you will be safe. Don't worry hindi namin 'to ilalabas sa publiko ang makakasaksi nito ay ang member ng SC at si Bet. If ever na may masaktan sa inyo ni Carla ready naman ang clinic."

Gusto kong maiyak. Mas nanaisin niyan manalo si Carla kaysa ako. Oo, gusto ko rin mapaalis si Bet pero may iba pa naman paraan. Gusto niya ba ako makita na nasasaktan, parang naglaho lahat ng feelings ko sa kanya. Nakaka dissapoint.

"Honestly, I want to ask you."

"Go on."

"Do you like Carla? Do you have feelings for her?"

SABADO, nagpaalam ako kay Mama at Ate na pupunta kina Cissy pero ang totoo sa Magic Shop ako pupunta, ngayon ang imbitasyon sa akin ni Lola Eli.

Kakatok sana ako sa malaking pintuan na biglang bumukas muli ito. Pumasok ako at nasilayan muli ang magandang tanawin sa loob. Naglibot muli ako para hintayin si Lola Eli.

"You are here, iha."

"Magandang hapon po."

"Are you ready to know everything?"

"Sandali po, nagtataka po ako kase sinama ko po ang kaibigan ko rito kaso hindi po namin 'to nakita. Paano po 'yon nangyari? Imahinasyon ko lang po ba ang gumagana o ginagamitan niyo ko ng magic?"

"Alam mo iha itong Magic Shop ay para sa mga special na tao na kagaya mo. 'Yong mga taong naghahangad gustusin at mahalin. At bukod doon ito ay makikita lamang ng may 4th eye it means special eye to answer your deepest dream in your life."

Meron pa lang ganon pinagloloko ata ako ni Lola Eli. Dapat ba ako maniwala sa kanya? Bahala na nga. Sumunod ako sa kanya sa mga shelves ng potion.

"Year 1900's Lavigne invented different love potions to help the people to love the people they love. It almost a hundred achievements in a whole world. Sometimes he teach the students to invent every school year. It can found on food or drinks that user would not notice. In a big occasion the Intergrated Witch use potion disguise on a perfume or on a medicine."

"Wow, as in matagal na talaga siya ginagamit?"

"Yes my dear. You know what, the 'Love Potion' is a obssesively and inafuated with a person who gave it to them, considered a powerful and highly dangerous. 'A true love potion' is a most powerful love potion in existence."

Literal na napanganga talaga ako. Kung matagal na ito ginawa bakit wala naman nakakaalam, sabagay, new generation na ngayon at iilan na lang ang may maniniwala. Pero napahanga ako kase kakaiba talaga ang love potion.

"But Darling the love potion have a side effect it can embarassment the person. Not all potion can solve your problem. And beside of that the best result it can romantically obsess. Always remember a true love cannot produced to a love potion it can create obssession than affection. Maintain potions to effect it easily. Giver must continually give them a doses or else the recipient would fall out of love. Single doses lasted for 24 hours it depends on the weight of the drinker."

Ang dami ko natutunan at nabibighani ako sa mga itsura ng mga love potion. Alam ko na, may sagot na ako kay crush.

Chapter 7

ALMOST 2 years na ako inlove kay Crush at ang tanging hiling ko ay magustuhan niya ako. At ito ang pinaka sagot— ang love potion. Ayoko naman talaga gumamit since gusto ko natural at totoo ang nararamdaman pero minsan gusto ko na sumuko at sana ito na ang tamang sagot.

"Ah, paano po pala 'yan ginagawa? Parang po ba sa mga witch na naghahalo sa isang palayok?"

"Mukha ba akong witch, iha? By the way ang mga ingredients nito ay ashwinder egg, rose thorns, powdered moonstone, pearl dust, at rose petals. Mostly rose petals use in a many potion it have a hundred species in a Intergrated Witch. Breeding rose do it for a thousand of years."

"Ganon kahaba? Oh my! Wala ba 'tong expiration?"

"Meron, iha, dapat bago mag-expire magamit mo lahat, masama ang magiging epekto kapag expired na."

"Teka lang po ako lang po ba ang nakakapunta rito?"

"Pang sampu ka."

Binuksan niya ang shelves ng mga potion at pinabasa sa akin ang mga name at description nito. Akala ko tapos na ako mag-aral pati ba naman dito mag-aaral pa rin ako.

"I introduced to you the 5 love potion mostly known for over a years. One is a **'Soul to Soul love potion'** energy magic for a beginners. The soul is the heart of magic. Without soul, no magic. Souls can talk to other souls it has a connection to become stronger. More soul more power. The second is a **'Colorful Roses Love Potion'** different rose, colors, and different types of spell. White rose for spiritual, Yellow for a friendship, Red for romance and so on. But the colorful rose most powerful romantic moments make special kind of love potion. Third is a **'Velvet Love Potion'** the basic can really works easily. It has a minimum ingredients. Fourth is a **'Perfect Love Spell'** attract a new lover strength to all relationship even the angels can attract. And lastly is **'A True Magic Potion'** extraordinary magic make it a blessings for yourself and for your partner. Make your dreams came true and truly unique experience."

"Wow!" bulalas kong muli. Wala talaga ako masabi as in napapahanga talaga ako. Ang galing kase ang daming alam ni Lola Eli at parang nakaka attract na bumili ka talaga.

"So, what do you like?"

Tila napaisip ako kung ano nga ba ang swak para kay crush. Lahat naman ata pupuwede kong magamit kaso baka magkaroon ng side effect. Nakuwento kay Lola Eli ang problema ko nakikinig lang siya ng mabuti at tumatango.

"Dahil nag-share ka ng kwento mo, at tingin ko naman ay hindi mahirap ang problema mo ibibigay ko ng libre ang love potion na napupusuan mo."

"Talaga po? Baka naman po singilin niyo ko after ko magamit ang potion?"

"Naku, iha, ang mahalaga ma solve ang problema mo. Ako ang magiging sagot mo upang maging masaya ka na at kumempleto ang timpla ng buhay mo."

"Salamat po." Kinuha ko ang 'A True Magic Potion' sa tingin ko kase ay makakatulong 'to at malaki ang bisa para magustuhan ako ni crush. Kahit papaano maranasan ko ang mga bagay na ginagawa nang mag jowa.

"I will give you a 3 doses for first batch. Bumalik ka rito kapag naubusan ka. Anytime you are welcome to Magic Shop."

"Thank you po, Lola Elicia."

"Bakit ka nakabungasot?" bungad na tanong sa akin ni Kenzo. Nasa Library kami at sinamahan ko siya kumuha ng libro. Wala naman ako magagawa alam kong hahatakin na naman niya ako.

"Mamayang hapon na kase ang laban namin ni Carla. Ang pagkakaalam ko hindi 'yon matutuloy pero tingin mo, sino ang mananalo sa amin ni Carla?"

Sumulyap siya sa akin bago sumagot. "Syempre... si Carla." Kita mo 'to boto pa pala kay Carla may gana pa siyang tulungan ako lumaban. Akmang tatalikod na ako na pigilan niya ako. "Syempre ikaw, malaki ang tiwala ko sa 'yo, kahit na mahina ka at walang kalaban-laban alam kong kakayanin mo. Alam ko rin naman hindi ka papayag na maging talo at gagawin mo ang lahat para manalo. Incase na hindi ka manalo ikaw pa rin ang pipiliin ko."

Medyo matagal kami nagkatitigan hanggang pinitik ko ang noo niya.

"Aray! Para saan 'yon?"

"Wala. Hindi ka pa ba tapos?"

"Isa na lang ang hinahanap ko. Sandali hintayin mo ko dyan."

Bumuntong hininga ako at nag-isip ng paraan para tumakas. Ayoko makipaglaban kay Carla, hindi ako pinalaki ng mga magulang ko para maging basagulera baka mamaya 'yon pa ang maging sanhi ng kamatayan ko. Ang oa ko na naman.

"Iba ka rin talaga 'no." Bumalik na si Kenzo at kumunot ang noo ko sa sinabi niya. "Kanina nakabusangot ka ngayon naman ngumingiti ka, huwag mong sabihin may nakikita ka?"

"Tsk. Ewan ko sa 'yo. Tara na." Nauna na ako lumakad sa kanya. Sakto naman pumasok si crush at Carla na nagtatawanan, tumigil sila at natuon ang atensyon sa amin ni Kenzo. Naiinis na naman ako. Humigpit ang hawak ko sa mga libro habang nakatingin kay crush.

"Congrats! Kayo na bang dalawa?" tanong ni Carla.

"Kayo na rin bang dalawa?" balik na tanong ko.

Tumaas ang kilay niya. "Bakit gusto mo malaman? Hindi ka pa ba nadadala sa punishment na ibinigay ko?"

Triple na ang higpit na paghawak ko sa libro. Gusto niya ata masampulan.

"5 minutes before class, bumalik na kayo sa room niyo," wika naman ni crush.

"Tara na, Adrielle."

"Alam namin, hindi muna kailangan ipaalala pa," sabi ko kay crush at nagmadali lumabas ng Library. Nang gigigil talaga ako. Nagulat na lang ako na pigilan ako ni Kenzo at agawin ang mga libro.

"Maawa ka naman sa libro."

Nawala ang mood ko sa klase at para akong nag-aapoy sa galit. Noong isang araw tinanong ko siya kung may gusto ba siya kay Carla, ang sagot ba naman sa akin "bakit gusto mo malaman? Ano naman kung may feelings ako sa kanya, it is important to you?" Sa sobrang inis ko non lumayas ako ng SC hanggang hindi ko na siya pinapansin. Kaya ko naman huwag na lang siya magustuhan kung ganon ang ugali niya sa akin kaso itong letse kong puso patay na patay sa kanya, kahit na magalit ako gusto ko pa rin siya.

"Uy Adrielle, kanina ka pa tinatawag ni Prof. Helena." Kalabit sa akin ni Shaniah. Umangat naman ang tingin ko kay Prof. Helena at jusko, iba na ang aura niya.

"I called you 10 times, akala ko bingi ka na at wala ka ng naririnig. Ito bang kaklase niyo, e, laging lutang? Baka gusto mo maging sampung 0 ang grade mo."

"Sorry po, Prof.Helena."

"Palagi ko naman 'yan naririnig, I don't have a choice." Nagpaalam na si Prof. Helena sa amin lahat at nakahinga naman ako kase hindi niya ako pinapunta sa office niya. Sobrang nakakahiya, pinag-uusapan tuloy ako ng mga classmate ko. Syempre nakatanggap ako ng malakas na batok kay Amber.

"Hoy Adrielle, ano bang nangyayari sa 'yo, ha?! Ilang beses ka nang ganyan, lagi na lang nililipad ang utak mo. Kung puwede lang kita bigyan ng utak edi sana ginawa ko na."

"Amber, tama na 'yan. Baka may problema lang si Adrielle, hayaan mo muna. Para kang manok dyan talak nang talak."

"Isa ka pa."

Nahinto ang pag-uusap nila na may dumating na isang istudyante at ayun ako pala ang hanap pinapupunta na ako sa gymnasium para sa laban namin ni Carla. Sumama sa amin si Amber at Cissy, pinayagan sila ni Neo manood.

"Goodluck Adrielle! Kaya mo 'yan! Huwag kang magpanhinaan ng loob nandito kami para i-cheer ka."

"Tandaan mo hanapin mo muna ang utak mo. Baka mamaya pag sinuntok ka ni Carla lumipad ka na lang."

Hind pa pala siya tapos manermon. Iniwanan ko na ang dalawa at pumwesto sa harapan kung nasaan si Carla. Nakita ko sa kalayuan si Bet na ngumiti pa sa akin sapakin ko pa siya, dapat siya ang nandito, biktima lamang ako. Nakita ko rin si crush na katabi si Gia at Neo, tsk, Team Carla pala sila.

"Are you ready?" tanong sa akin ni Carla.

"Since I was born I'm always ready," matapang kong sagot.

May bumilang ng tatlo at napakagat pa ako ng labi. This is popcorn! Ilalagay kita sa kalalagyan mo. Bigla ako dumaing na mabilisan niya ako suntukin sa mukha. Siraulo 'to ah! Wala man lang pasabi. Shit! Ang sakit, kainis.

"Ready pala, ah," ngising wika niya.

Malakas ko siyang sinipa at hinila ang buhok. Napabagsak ko siya at hindi ko mapigilan mapangiti. Dinaganan ko pa nga siya at itinaas ang dalawang kamay.

"Huwag kang mayabang, masyado mo pinaiiral ang ugali mo." Balak ko sana siya sampalin magkaliwang pisngi na gumalaw siya at napunta ako sa ilalim kaya siya na ngayon ang nasa unahan ko. Aatake sana rin ako na sampalin niya ako ng malakas, halos ikaiyak ko 'yon na hindi lang isa ang ginawa niya. Naririnig ko na rin ang boses nina Amber at Cissy. Huminto naman si Carla at umalis na sa unahan ko. Sinubukan ko naman umahon kaso ilang beses ako bumagsak. Ang sakit ng buong mukha ko. May balak ba siyang pangetan ako. Hindi pa ako nakakarecover na bigla niya ako sipain, bumagsak ako sa sahig, at sa pagbagsak ko wala na ako makita at tanging paghabol na lang sa hininga ko.

"GAGO KA! GUSTO MO PATAYIN SI ADRIELLE! KAHIT SECRETARY KA KAYA KITA PATULAN!" Boses 'yon ni Amber kilala ko siya lahat gagawin niya para protektahan kami ni Cissy. Naaala ko nga nong bago pa lang kami magkakilala napakasiga niya. Sobrang magkaiba kami ni Amber.

Umubo ako at nakita ko na lang na may kasama itong dugo. Ang lakas talaga ni Carla, sabi na nga ba walang-wala ako. May humawak ng braso ko at hinawi ang buhok ko. Naririnig ko pa rin ang sagutan nina Amber at Carla. Naramdaman ko na lang na umangat ang katawan ko, umubo muli ako at namantsahan ko ang uniform ng taong bumuhat sa akin. Syempre kilala ko ang taong 'to, build pa lang ng katawan niya at pabango niya alam na alam ko na.

"Thanks, because Carla is win."

Tuluyan na bumagsak ang luha ko hindi dahil sa sinapit ko kundi sa sinabi niya. Masaya siya at nagpasalamat dahil nanalo si Carla, alam kong para sa kanya kailangan manalo si Carla para mapaalis tuluyan si Bet pero sa akin ang sakit kase ako dapat ang manalo.

"H-hindi a-ako nagpatalo s-sadyang mahina l-lang ang katawan ko."

"So, thanks to your weak body because Carla is win."

"I-ibaba m-muna a-ako."

"Malapit na tayo sa Clinic."

Gusto ko bumaba at magwala pero hindi ko magawa. Ayoko na masaktan nang dahil sa kanya. Marami na ako nagawa at kulang na lang itaya ko ang buhay ko para lang mapansin niya ko kaso wala, mas pipiliin pa rin niya si Carla. Pagkatapos niya ako ibaba tumalikod na ako sa kanya, ayoko na siya kausapin pa, tama na ang dobleng sakit na nararamdaman ko.

Uwian na, nanatili pa rin ako sa Clinic at hawak-hawak ko ang potion na binigay ni Lola Eli, kung ito lang ang magiging sagot itutuloy ko na ang plano ko. Bahala na kung ano ang mangyari basta ang mahalaga ay tri-ny ko. Tinago ko na agad ang potion na makita ko sina Amber at Cissy.

"Kumusta na ang lagay mo?" tanong ni Cissy.

"Ayos lang ako buhay pa rin naman ako." Nagamot na rin naman ni Nurse Tin ang mga pasa ko sa mukha at nagkaroon pa ako ng sprain sa leeg. Siguro after 1 week gagaling na ako at makakabalik sa dati.

"Kinuha ko na ang gamit mo. Hindi puwede malaman ni Tita na nakipaglaban ka at makita ang itsura mo. Kaya sa akin ka muna mag-stay hanggang gumaling ka," sabi ni Amber.

"Pero baka mag-aalala si Mama at Ate?"

"Natawagan ko na sila sabi ko may gagawin tayong project."

"Ako nang bahala na kumuha ng mga damit mo sa bahay ninyo. Sumama ka na kay Amber para makapaghinga ka pa." Tumango na lang ako kay Cissy at nauna ng umalis. Inalalayan naman ako ni Amber para makalabas nang Clinic. Habang nasa hallway na kami nakalimutan pala ni Amber na magpaalalam sa Nurse baka kase hanapin ako kaya hinintay ko siya sa hallway.

"Look who's here." Si Carla na papalapit sa akin. Umangat ang lahat ng dugo ko dahil sa galit hindi na talaga mawawala ang galit at inis ko kada makikita siya. "I'm not going to apologize to you. It's not my fault kaya ka nagkaganyan. You are free to hurt me but you are not doing anything. By the way, wala na si Bet dahil nanalo ako magkakaroon nang katahimikan ang University na 'to."

"Tsk, I don't need your apologize, alam ko naman hindi mo 'yon gawain kase ang gusto mo ikaw pa rin ang masusunod. Kahit naman ata namatay na ang kalaban mo hindi ka pa rin magso-sorry because you said it's not your fault. Mahirap bang ibaba ang pride mo? Sabagay, nasa SC ka nga pala. Kung hindi mo kaya ibaba ang pride mo huwag mo nang panghawakan ang posisyon na hindi mo kaya i-handle."

Nakita ko sa kanya na nainis siya sa sinabi ko. Minsan lang ako lumaban at makipagtalo kaya nilulubos ko na. Dati na ako nalagay sa pambu-bully kaya ngayon ayoko na mangyari 'to sa akin. Ibang Adrielle na ang gusto kong ipakita sa kanila. Mahina man ako pero kaya ko naman lumaban sa ibang paraan.

Chapter 8

ONE week passed after my recovery the pain is still on me. I know it's going part of my life. Even I wanted to forget the fight it's really show to my head and I was thinking deeply about my plan on him—I mean a secret plan instead.

I will get him mine. Tsk, I'm wrong, the potion is an answer to get him mine.

Bumaba ako sa sala at naabutan ko si Ate na nagliligpit ng mga damit, mamaya pa ata ang pasok niya sa work. Si Mama naman ay naghahanda ng pagkain sa lamesa. Umupo ako at kumuha ng pagkain.

"Nga pala nak, kailan nga ba ang retreat ninyo?"

"Sa lunes na po, Ma."

"Malapit na pala hindi ko pa naaayos ang gamit mo siguro mamaya na lang kapag wala na akong ginagawa."

"Huwag na, Ma. Ako na lang po mag-aayos may mga gamit po kase akong dadalhin pa."

"Naku, baka mga 'yan 'yong mga gamit na nakita ko. Iyong mga kalakal?" sabat ni Ate na kinainis ko.

"Hindi 'yon kalat no. Ma, huwag mo pansinin si Ate."

"Sige na, kumain ka lang dyan."

After ko mag-almusal lumabas na ako ng bahay. At sa paglakabas ko nakita ko si Kenzo. Ano na naman ginagawa ng lalaking 'to dito?

"Ba't ganyan ka makatingin sa 'kin?" tanong niya.

"Bakit nandito ka? Siguro magnanakaw ka 'no?"

Bigla siyang tumawa. "Ang gwapo ko naman magnanakaw. Puwede naman, nanakawin ko ang puso mo."

"Tseh! Tigilan mo nga ako."

Lumakad na ako pauna sa kanya ayoko siyang makasabay 'no. Hanggang naramdaman ko ang kamay niya sa balikat ko— inakbayan niya ako. Agad ko iyong tinanggal at tumakbo ako ng mabilis baka kase mamaya may makakita sa amin.

Binaba ko ang bag ko na makapasok ako sa room. Umupo ako sa tabi ni Shaniah na nagsasagot ng assignment.

"Malapit na pala ang retreat natin." Rinig kong sabi niya.

"Oo nga, e."

"Tingin mo magiging exciting 'yon at memorable?"

"Oo, naman, bakit naman hindi."

"Tanong ko lang may gusto ka bang lalaki rito sa room natin?"

"Wala," sabi ko agad.

"Weh? Hindi nga? Kahit si Kenzo?"

"Hindi ko siya gusto 'no." Bakit naman ako magkakagusto sa makulit na taong 'yon. Iisa lang naman ang gusto ko at alam niyo na 'yon. And I hope magawa ko na ang plano ko bago mahuli ang lahat.

After class sabay-sabay kami lumabas nina Amber at Cissy, papunta na kaming Cafeteria at kanina pa kami nagugutom. Pagkapasok namin sa Cafeteria si Amber na ang um-order at iniwan ko muna saglit si Cissy para kumuha ng tissue.

"They said if you want to kick out someone show them your sweetest revenge. Do you agree with that?" Si Carla. Ang babaeng walang ginawa kundi inisin ako. Ang babaeng sumisira nang plano ko.

"Are you planning to kick me out?" deretso kong tanong sa kanya.

"Ofcourse no. Why I need to do that? I'm not wasting my time to a weak girl like you. But a little reminder, stop flirting my man."

Ano raw?! My man?! Sino pinagloloko nito? Kailan pa naging kanya si crush. Sabi na nga ba siya talaga ang sisira ng plano ko. Paano ba naman kase nitong nakaraan nakita niya kami magkausap ni crush sa rooftop. Tsk, ambiyosa.

"Hindi ko alam ang sinasabi mo," sabi ko na lang.

"Stop pretending that you don't know anything. Alam mo naman kung ano ka lang sa University na 'to, isang talunan, mahina at hindi kilala. Ayaw mo naman siguro na one day your life change to being hell."

Padabog kong binitiwan ang hawak kong tissue at masama ko siyang hinarap. Ano ba ang pinaglalaban ng babaeng 'to? Gusto niya talaga ako magalit. Ipinaglalaban na naman niya ang posisyon na hindi naman karapat-dapat sa kanya.

"Hell na ang buhay ko na makilala kita. Huwag kang masyadong magyabang baka nakakalimutan mo hindi ganyan ang ugali ng miyembro ng SC iniisip ko tuloy na naligaw ka ata ng landas. You are a Secretary pero kung umasta ka para kang President, pakitatak na lang sa utak mo, ah."

Tinaas niya ang isa niyan kamay para ata sampalin ako pero isang boses ang nakapagpigil sa kanya sayang nga lang mailalabas na ang baho niya.

"The meeting will start within 5 minutes, I expected you to be there," wika ni President sa kanya.

"Yes, mauna ka na."

Nang makaalis na si crush may huling habilin pa pala si Carla ayaw niya talaga ako tantanan.

"I know there's a perfect time for everything. Let's see who win." Umalis na siya at bumalik na ako kina Amber at Cissy. Medyo nawala ang gutom ko kaya unti lang ang nakain ko. Nawala rin ang mood ko dahil sa asta niya sa akin.

"Ingat kayo ni Amber," paalam ko kay Cissy.

Uwian na at nagpaiwan ako ngayon kase ang last na tutor na ni crush sa akin. Sayang nga lang kase gusto ko pa siya makasama at masolo kaya lang malapit na kase ang retreat at ang finals namin kaya hindi na kailangan mag-tutor pa ako. Habang wala pa si crush ay napatingin ako sa bag nyan iniwan saglit tinawag kase siya ni Neo may sasabihin ata. Saka sa room na lang niya ako tuturuan kaysa sa bench maraming distraction. Lumakad muna ako saglit sa pintuan at tiningnan ang bawat gilid. Mabuti nga wala naman cctv kaya walang makakaalam nang gagawin ko. Bumalik na ako sa bag ni crush at kinuha ang bottle water niya. Nilabas ko ang potion na 'A true magic potion' na binigay ni Lola Eli. Nakaramdam ako ng kaba at panginginig para akong gumagawa ng krimen sa ginagawa ko. Binuksan ko ang potion at pinatak 'yon sa tubigan ni crush at mabilis na binalik ang bottle water sa bag at binulsa ko ang potion. Sa aking pagharap saktong kapapasok pa lang ni crush sa room. Iyong mga pawis na pumapatak sa noo ko agad kong pinunasan baka kase mahalata niya ako.

"Magsimula na tayo."

Tumango ako sa kanya at umupo na. Kinuha niya ang bag niya at tumabi na sa akin. Sa totoo lang hindi ako makapag-concerate sa pagpapaliwanag niya, ang tanging sumasagi sa isip ko ay ang ginawa ko, tama kaya na itinuloy ko 'yon? May masama kayang mangyayari kapag nainom niya 'yon? Takte! Kinakabahan talaga ako.

"Oh, tapos na ako magsulat sagutan muna."

Nagsimula na ako magsagot at natigil din ako na makita kong hawak na niya ang bottle water niya. My gosh! Iinom na siya. Dahan-dahan niya 'yon binuksan at tinapat na sa bibig niya. Gusto ko sana siyang pigilan kaso naurong na naman ang dila ko. Tumingin siya sa akin after niya uminom.

"Bakit?"

"W-wala, hehe."

Pinagpatuloy ko na ang pagsasagot at kasabay non ang pagdadasal na sana ay walang mangyaring masama sa kanya hindi ako makapag-focus. Maya maya lang ay nag-ayos na kami ng gamit at sabay na lumabas nang room. Sumusulyap ako sa kanya kase baka may side effect agad ang potion natatakot ako sa pang gagayuma sa kanya. Alam ko naman masama 'yon at hindi ko dapat siya ginamitan non para lang magustuhan niya ako. Bahala na nga.

"Salamat sa pagturo. Ingat ka sa pag-uwi," wika ko sa kanya.

"Sige."

Sobra talaga ako nababahala para kay crush. Nagui-guilty ako sa ginawa ko. Sana ay okay lang siya.

KINABUKASAN, maaga ako pumasok at dumiretso sa Library para kumuha ng books. Malapit na ang finals namin kaya kailangan magpursige sa pag-aaral. Nang may taong gumawi sa likuran ko dahil curious ako ay tumalikod ako at saktong magkalapit na kami ng mukha medyo umatras ako para may distansya sa pagitan namin.

"Good morning, Pres," pagbati ko.

"Morning."

Mukhang maayos naman ata siya. Gusto ko sana siyang tanungin kaso ayoko naman malaman niya. Napaka nonsense ng idea ko sa potion kung sasabihin ko sa kaniya.

"May kailangan ka?"

"Wala naman. Nakita lang kita rito kaya ako pumasok."

"Ah, kumukuha ako ng libro para sa next subject."

"Nakuha muna lahat?"

"M-may apat pa pero kaya ko naman 'yon." Nagulat ako na inagaw niya ang listahan ko ng libro at agad tumalikod para hanapin 'yon. This time, kinabahan ako. Kakaiba siya this day hindi kaya... gumagana na ang potion.

Sabay kami lumabas ng Library habang bitbit niya ang libro ko para ko tuloy siyang boyfriend sa asta niya. Mabuti nga, wala pa naman istudyante sa hallway. At nang nasa room na kami nagpasalamat ako sa kanya. Sa pag-upo sa upuan ko hindi ko mapigilan mangiti ng abot langit. Sana ito na ang simula at sana hindi na ito matapos. Ang laking pasasalamat ko kay Lola Eli kung ganon ang mangyari.

After class ay inayos ko na ang gamit ko since maglalunch na.

"Adrielle," pagtawag sa akin ni Amber.

"Bakit?"

"Mauna ka na sa Cafeteria kumain, mamaya pa kami ni Cissy nautusan kase kami," sabi ni Amber.

"E, mamaya na lang din ako, hindi pa naman ako nagugutom."

"Kumain ka na. May gagawin ka pa after lunch, 'di ba? Nakakalimutan mo maglilinis pa kayo ni Shaniah sa gymnasium. Sige na."

Wala naman akong magagawa kaya sinunod ko na lang si Amber. Dumiretso na ako sa Cafeteria at um-order ng pagkain. After non humanap ako ng pwesto sakto naman may natitira pang table. Sinimulan ko na kumain at maya maya lang ay may umupo sa table na kinakainan ko, halos mabulunan ako na makita ko si crush, kinuha ko ang tubig na binili ko at agad na ininom.

"May kailangan ka Pres?"

"Makikisabay kumain. Nauna na kase kumain sina Neo wala akong kasabay." Totoo ba 'to? Hindi ba ako nananaginip? Gawa ba 'to ng potion kaya siya ganyan sa akin. Naging alerto naman ako at tumingin ako sa paligid, ma-chismiss pa kami ng hindi oras.

"Himala ata sasabay ka sa 'kin?"

"Bawal ba? Saka isa pa, wala ka rin naman kasabay."

"Pinauna na kase ako nina Amber kaya eto ako lang talaga mag-isa."

"Masarap kumain kapag may kasabay," sabi niya at sumubo ng pagkain.

Paano ako makakain kung nasa harapan ko ang gwapong nilalang na nilikha ng Diyos, ang lalaking pinapantasya ko for almost 2 year's, at ang lalaking tanging laman ng utak at puso ko. Masakit man aminin wala talaga siyang pake sa akin at gusto. Reality hit's me so hard. Kaya nga ako kumapit sa patalim para maranasan ko naman magustuhan pabalik. Alam kong hindi ko alam ang susunod na mangyayari but I hope na maging maayos ang lahat at walang masasaktan sa aming dalawa.

Sakto naman nilabas ko ang paa ko para tumayo nang may matapilok dahil sa biglaan ginawa ko. At patay ako dahil si Yuan ito, ang lalaking pinsan ni Chico na basagulero rin. Sana naman kung magpapa-kick out sila pakidamay naman lahat ng gunggong at mukhang nag-aadik sa University na 'to.

"Sorry, hindi ko sinasadya," paghingi ko ng paumanhin.

"Anak ng... gusto mo ba ako pahiyain? HA?!"

"Hindi ko naman talaga sinasadya, e. Sorry talaga." Sumigaw ako na hablutin niya ang kwelyo ko. May balak ba siyang patayin ako. Mahal ko pa ang buhay ko at si crush.

"Bitiwan mo siya. Ayaw mo naman siguro sumunod kay Chico." Boses iyon ni crush at hindi na maipinta ang mukha niya. My knight shining armor.

"Hoy President! Huwag kang makielam hindi ako natatakot sa 'yo." Lalo niyan hinigpitan ang paghawak sa kuwelyo ko halos maubo nga ako kase parang nasasakal na niya ako. Bakit ba ayaw ako tantanan ng mga taong nambu-bully sa akin. Bakit hanggang ngayon nararanasan ko pa rin 'to. Wala naman akong ginagawa as in ang bait-bait ko tapos nadadamay ako sa mga kaguluhan.

Magsasalita sana ako na tumayo si crush at mabilis na hinila si Yuan at nagpakawala ito ng malakas na suntok. Naagaw na namin ang atensyon ng lahat at gusto kong lumubog na lang sa kahihiyan.

"Gago ka ah!" malutong wika ni Yuan at may balak suntukin si crush. Napigil naman niya ito kaagad at sinipa kaya naluhod si Yuan. "Ouch! F*ck you ka, President!"

"Binalaan na kita, 'di ba? Sa susunod matuto kang sumunod sa utos ko."

Dumura si Yuan na may dugo at sinamaan ng tingin si Crush.

"Iniisa mo talaga kami. Tignan natin kung hanggang saan kaya mo kapag tinapos ka namin tatlo."

Agad akong pumagitna na malapit na niyan suntukin si crush, inaalagaan ko ang mukha niya 'no tapos sisirain niya walang hiya pala 'to.

"Tama na! Huwag ka na manakit! Tama na ang ginawa mo sa 'kin!" Nawala ang galit ko na maramdaman ko ang kamay ni crush sa braso ko.

"Pabayaan mo kami, Adrielle."

Humarap ako sa kanya at umiling. "Hindi puwede. Tumawag na tayo ng guard paalisin niyo na 'yan, baka marami pa s-" Hindi ko na natapos ang sasabihin ko na bigla niya ako yakapin at sabay kami umupo. Ang tanging narinig ko na lang ay malakas na kalabog mula sa itaas. Sobrang lakas at nakakabingi. Pero hindi ko 'yon inisip, ang weird ko talaga. Niyakap niya ako at mahigpit pa. Ine-enjoy ko na nga ang moment na unti-unti niya akong bitiwan. Hanggang nalaman ko na lang na nasa ilalim kami ng isang table at hawak-hawak niya ito. Anong nangyari?

"Are you okay?" Ang husky ng boses niya.

"O-oo."

"YUAN ALVAREZ STOP HURTING PRESIDENT AND ADRIELLE. THIS IS YOUR LAST DAY. READY YOUR DROP FORM."

Dumating sina Neo, Gia at Carla na tanging sa aming lang nakatingin.

Chapter 9

"ADRIELLE."

Paglingon ko sina Cissy at Amber pala. Nabalitaan din pala nila ang nangyari sa amin ni crush. Nasa labas ako ng SC habang nasa loob sina Gia, Carla, Neo, Yuan at si President. Pinalabas muna ako dahil baka saktan ako ni Yuan. Pinapaayos na agad ang drop form niya.

"Kayo pala."

"Musta? Ayos ka lang ba?" tanong ni Cissy.

"Oo, naman, eto buhay na buhay pa rin ako."

"Gaga ka. Lapitin ka talaga ng disgrasya, e, 'no."

"Ano ka ba Amber, huwag mo muna sermonan si Adrielle. Ikaw talaga wala ka rin pinapatos." At nagsagutan na naman ang dalawa. Palagi naman silang ganyan pagdating sa akin. Tingin ko nga hindi talaga ako belong sa friendship nila. Palagi nga kase ako lapitin ng disgrasya at walang ginawa kundi pag-alalahanin lalo na si Amber.

Bumukas ang pintuan ng SC at lumabas doon si Neo kasama si Yuan. Wala naman silang sinabi at nilagpasan lang kami. Kasunod naman lumabas si Gia.

"Nandyan pala kayo."

"Pinuntahan lang namin si Adrielle," sabi ni Cissy.

"Bumalik na kayo sa klase ninyo. Huwag kang mag-aalala Adrielle, wala ng manggugulo dahil sa 'yo unti-unti na rin naman napapaalis ang mga nambu-bully ng dahil sa 'yo. At least may kapayapaan na rin ang University ng dahil sa 'yo."

"Tsk, may naiitulong pala 'yon," sabi naman ni Amber. May galit talaga siya sa akin 'no.

"Sige na Gia, mauna kami," wika ko at hinila na ang dalawa. Subalit may tumawag sa pangalan ko kaya napahinto ako sa paghila sa dalawa.

"Kakausapin ko lang saglit si Adrielle."

Ano na naman kaya kailangan nito sa akin. Pinauna ko na ang dalawa at sumunod kay Carla. Hindi ko nga alam kung saan kami pupunta basta ang pagkakaalam ko papunta kami sa rooftop. Bakit dito pa? Puwede naman sa baba naman. Mahalaga ba ang sasabihin niya.

Nang nasa rooftop na kami akmang may sasabihin ako na nakatanggap ako ng malakas na sampal mula sa kaniya. Sampal na hindi ko inaasahan at para saan naman 'yon.

"Hindi ka talaga nadadala." May pagkainis ang boses niya. Wait, wala naman akong naalala na may ginawa ako sa kanya.

"Hindi ki-"

"Stay away from him." Pagtigil niya sa sasabihin ko. Ah, so, about pala ito kay crush, huwag mong sabihin na nagseselos siya. Kaya niya ako sinampal dahil akala niya nilalandi ko ang man of her life. Kontrabida pala ako sa talambuhay nilang dalawa. Kung alam niya lang bago siya dumating sa Universisty na 'to ako ang naunang nagkagusto sa kanya tapos ako pa ang palalabasin niyan masama at mang-aagaw.

"Bakit ko siya lalayuan?"

"Because I say so. Stop flirting him, okay? Hindi ka niya magugustuhan dahil alam mo kung bakit? Dahil wala siyang feelings para sa 'yo. Itatak mo rin sa utak mo bago ka manghimasok at kunin ang akin tingnan mo muna ang sarili mo sa salamin. Your are not beautiful like me, you are not famous like me and you are not be his girl like me. He will not choose you over me. At uulitin ko 'to hanggang matauhan ka," galit niyan sabi.

Gusto ko siyang sampalin din pero kada gagawin ko 'yon nakokosensya ako, hindi naman ako kagaya niya na nananakit at iba ang ugali. Lumalabas na talaga ang masama niyan pagkatao at pinagyayabang niya pa na siya ang mas pipiliin kaysa sa akin. Duh! Hindi siya papatol sa may sungay. Siguro nga, mas lamang siya sa akin dahil maganda siya. Marami ang nagkakagusto sa kanya pero puro panglabas naman ang nagugustuhan nila sa kanya. Sabihin natin mas pipiliin nga siya ng mga tao dahil mas kilala siya compare sa akin pero hindi ko ninanais na maging kagaya niya. Kuntento ako sa kung ano ako at hindi ko pinangarap na maging ako siya.

"Thank you na lang dahil hindi ako naging ikaw. I'm not wishing to be like you lalo na ang ugali mo. Sabihin mo na ang gusto mong sabihin basta ako wala akong ginagawa. At sana naman may natitira pang respeto sa sarili mo. Huwag ka naman manghusga at mangbintang dahil lang sa nakikita mo."

"Talaga? So, I need to be sure about this. Gusto ko marinig sa bibig mo na wala ka talagang gusto sa kanya."

Retreat Day

Isang maleta at isang malaking bag ang dala ko. Pagkauwi ko kagabi inayos ko na kaagad ang mga dadalhin ko para kinabukasan wala na akong proproblemahin. Tumingin muna ako saglit sa salamin at bumuntong hininga.

"Kaya mo 'yan, Adrielle! Magtiwala ka lang sa sarili mo."

Nagpaalam na ako kay Mama at Ate syempre kailangan ko mag-update sa kanila araw-araw para naman hindi sila mag-aalala. Pagkalabas ko sa bahay napasimangot ako na nasa labas na naman si Kenzo. Ayos sana kung si crush ang naghihintay sa akin.

"Bakit hindi ka masaya na makita ako?" Lumapit siya sa akin para kunin ang dala ko pero iniwas ko 'yon sa kanya.

"Kaya ko bitbitin. Bakit ba nandito ka na naman?"

"Sabay na tayo pumunta sa University since iisa lang tayo ng way. Saka 'wag ka na magreklamo dyan, ang aga-aga nakabusangot ka."

"E, kase kada lalabas ako ng bahay ikaw agad bumubungad. Feeling ko tuloy ma-"

"May boyfriend ka?"

"Hala, wala ako sinabi 'no. Para akong may aso na palaging may nakabuntot. Mukha ka kaseng aso." Binelatan ko siya at nilagpasan para mauna na sa paglalakad.

Hindi ata mawawala na mag-asaran kami kase kapag nakikita ko siya ang sarap niya palagi asarin.

Maya maya nasa University na kami at kami na lang pala ang hinihintay hindi man lang kami in-inform na maaga pala sched na papunta sa Batanes. Whole section kami at kasama ang mga miyembro ng SC. May makakasama rin kaming iilan Professor baka kase may mangyaring masama sa amin incase na wala sila safety first na rin naman. Dalawang bus ang gagamitin bale busy si Prof.Mia na i-divide kami into two groups.

"For Bus 1 ang magkakasama ay sina Amber, Shaniah, Kenzo, Cissy, Lucy, Marco, Ian, Julie, Ria, Hannah, Dianne, Nina, Bea, Victoria, Pauleen, Fia, Benny, Tio, Rico, Shaun, Klaire, Dante, Adrielle, Carla and President."

Binanggit na rin ni Prof. Mia ang bus 2 at nang maayos na ang lahat ay pinasakay na kami. Tatabi sana ako kay Amber kaso by 2 pairs na lang ang upuan, magkatabi na sila ni Cissy. Kaya humanap ako ng bakante. Nakita ko naman si Kenzo na walang katabi kaso ayoko siyang makatabi, feel ko hindi magiging enjoyable ang pag-upo ko. Kaya naman naghanap pa ako ng ibang seat.

Sakto naman kakaupo pa lang ni President sa bandang likuran kaya gumawi ako roon para makatabi siya. Kaya lang nakipag-unahan si Carla sa akin at tinulak pa ako. So, sa lakas ng impact ay napaupo pa ako. Ayaw niya talagang magpatalo.

"Nandyan ka pala," wika niya na ikinainis ko.

"Matuto ka naman tumingin sa paligid mo." Si Kenzo at tinulungan ako makatayo.

"Tsk, hindi ka naman bingi, 'di ba? Hindi ko alam na nandyan pala siya. Marami na ngang bakante sa unahan humahanap pa ng iba hindi makuntento kung ano ang mayroon." Namemersonal na ata 'to, ah.

"Ano bang pakielam mo?" inis kong turan sa kanya.

"Wow! Akala ko tatahimik ka lang dyan ta's ngayon parang naghahamon ka pa ng away. Bakit? Kaya ka ba nandito sa gawi na 'to para tabihan si President?"

Naikuyom ko ng hindi oras ang kamay ko. Grabe siya mamahiya. Gusto pa ata niya sirain ang retreat na gusto ko maging worth it. Sana hindi na lang sinama ang babaeng 'to.

"Guys, tama na ang away, paalis na ang bus isantabi niyo muna 'yan," wika ng isang kaklase namin.

Tinawag ako ni Amber at pumwesto raw ako sa may unahan, wala naman akong choice baka magkagulo pa dahil sa akin. Bumagsak din ako sa tabi ni Kenzo. Halos sa buong byahe hindi maipinta ang mukha ko. Gusto ko talaga banatan ang babaeng 'yon kaso naiinis din ako sa sarili ko masyado akong mabait at hinahayan ko si Carla na saktan ako.

Tatlong oras ang byahe papuntang Batanes. Tahimik lang ako at nakatanaw sa bintana ng bus. May mga nag-uusap naman at nagkakaingayan pero halos tahimik ang lahat. Medyo nakaidlip din ako sa pagkakaupo sa byahe. And after 3 hours, nakarating din kami sa destination namin. Napakalawak ng lugar at bumubungad ang sariwang hangin. Si Kenzo na ang kumuha ng gamit ko at dinala niya 'yon hanggang sa tutuluyan namin Resthouse.

"Dahil alam kong excited na kayo na sulitin ang bawat oras at araw dito sa Batanes. Kaya hahayaan ko na kayong mag-ayos ng gamit ninyo or kung anuman ang gusto niyong gawin. Alam niyo na rin naman ang magiging kwarto ninyo at sana ay mag-enjoy kayong lahat," sabi ni Prof. Mia.

Sa itaas ang magiging kwarto ng mga babae ang mga lalaki naman ay sa baba. Room number 5 ako at kasama ko syempre si Amber at Cissy. Inayos ko na agad ang gamit ko para wala na akong iintindihin.

"Alam niyo... parang sumusobra na si Carla. Malaki ata ang galit sa 'yo non Adrielle," pagsalita ni Cissy.

"Lumalaki talaga ang ulo ng isang tao kapag maraming kumakampi. Hayaan niyo na lang hindi pa kase nadadala kaya malakas ang loob," sabi ni Amber.

"Ayos lang naman ako," sabi ko sa kanilang dalawa.

"E, bakit ba kase doon ka pupuwesto? Totoo bang tatabihan mo dapat si President?" tanong ni Cissy.

Hininto ko muna ang pag-aayos at humarap sa dalawa.

"Hindi, ah. Gusto ko kase sa likuran para walang ingay. Saka, alam niyo naman mahilig talaga ako pumwesto sa likuran, 'di ba?" Mukha naman naniwala si Cissy pero si Amber hindi ako sure. Nahahalata na niya kaya ako? Masyado ba akong halata na may crush ako kay President?

"Kung ganon bakit ganon umasta si Carla? Ilang beses ka na niya ginaganon?"

"Wala lang naman sa 'kin 'yon. Matagal naman masama ang ugali niya. Pinagyayabang niya ang pagiging Secretary niya," sabi ko na lang.

"Hindi kaya may namamagitan na sa kanila ni President? Sabagay, matagal na sila magkasama at bagay naman sila." Aangal sana ako sa sinabi ni Cissy kaso pinili ko huwag na lang magsalita. Agree naman ako na bagay naman talaga sila pero sinasabi ng puso ko na baka may pag-asa pa ako kay crush. At syempre dahil malaki ang kumpyansa ko kaya gagawin ko talaga ang best ko para naman magustuhan niya ako.

"Lalabas muna ako, gusto ko masilayan ang labas. Kayo ba?" Tapos ko na rin kase iayos ang mga damit ko kaya inaaya ko na sina Amber at Cissy.

"Dito muna ako gusto kong magpahinga napagod ako sa byahe," sabi ni Cissy sabay higa.

"Pagod ka? E, nakaupo lang naman tayo roon. Ang tamad mo talaga Cissy tsk tsk hindi ka pa rin nagbabago." Ano ba naman mga 'to nagsisismula na silang mag-away.

"Pake mo ba Amber? Para kang nanay ko walang tigil sa panenermon kaya 'yan si Adrielle hindi na sumasagot sa 'yo sinunsundan mo pa ng talak. Iisipin talaga namin lahi ka ng manok." At ayun binanatan na siya ni Amber eto naman si Cissy tawang-tawa.

Hinayaan ko na lang sila, ayaw naman ata nila lumabas. Pagbaba ko sa sala unti lang ang mga naroon. Nasaan na kaya si crush? At si Carla? Magkasama kaya ang dalawa? Lumabas na ako ng Resthouse at nakita ko si Kenzo sa may dagat may hawak siyang remote may pinaglalaruan ata siya.

"Anong ginagawa mo?" tanong ko sa kanya.

Sumulyap siya sa akin saglit at pinahinto ang isang bangka. Ah, 'yong pala pinaglalaruan niya.

"Nakakabagot kaya eto na lang ginagawa ko." Umupo siya sa buhanginan at ginaya ko siya.

"Ang sarap pala ng hangin dito."

"Masarap ka talaga."

Biglang kumunot ang noo ko at tumingin kay Kenzo pero busy siya sa hawak niya. Tama ba ang narinig ko? Tsk, baka may iba kaming kasama rito. Hindi na lang ako nagsalita.

"Masarap talaga ang hangin dito lalo na ang view." Nagtama ang mata namin at medyo na weirduhan ako kay Kenzo.

"Alam mo tigil-tigilan mo nga ako," iritableng sabi ko sabay labas ng cellphone ko. Mapicture-an ko nga ang magandang scenery sa Batanes.

"Hahahaha. Hindi ka talaga mabiro."

"Puro ka kalokohan."

"Nga pala, ayos ka lang ba talaga sa ginawa sa 'yo ni Carla?" Ang dami talaga nag-aalala sa akin.

"Oo, naman. Huwag na natin siya pag-usapan pa." Umiinit na naman ang ulo ko kada maririnig ang pangalan niya.

"Pero may gusto akong malaman?"

"Ano 'yon?"

Ilang katahimikan ang namayani sa amin ni Kenzo. Hinintay ko siya magsalita habang nakatingin sa kanya.

"May gusto ka ba kay President?"

Chapter 10

AAMIN ba ako kay Kenzo? Sasabihin ko ba ang totoo? Mapagkatiwalaan ko ba siya? Paano kapag nalaman niya? Sumasakit ang ulo ko, ayoko talaga kapag nag-iisip ng matindi. Ano naman kung malaman niya hindi ko naman siya kaibigan. Wala lang na naman sa akin si Kenzo pero natatakot ako na baka sabihin niya sa iba.

"Hindi, wala akong gusto sa kanya."

"Sigurado ka?" tanong niya na para bang hindi siya naniniwala.

"Oo, naman. Bakit mo ba tinatanong?"

Umiwas na siya ng tingin at tumuon sa kalangitan. Ano kaya ang iniisip niya? Aish, ba't ba pati si Kenzo inaalala ko.

"Wala naman. Simula ngayon iwasan muna si Carla hindi kayo nagkakasundo."

"Siya naman ang palagi ang nauuna hindi ko kasalanan 'yon." Medyo inis na sabi ko.

"Kahit na, huwag muna siyang patulan."

"Kahit kailan hindi ko siya sinaktan kaya paano ko siya papatulan? Pasalamat nga siya ako ang nakatapat niya, kung si Amber 'yon, naku, baka wala na siya sa University."

"Basta sundin mo ang sinasabi ko. Hindi makakabuti kung palagi kayong nagkakasalubong."

Umangat ang tingin ko sa kanya na tumayo na siya at pinagpagan ang short niyan itim at naglahad ng kamay sa harapan ko. Tiningnan ko 'yon sabay balik sa mukha niya.

"Tara na?"

Pinatong ko na ang kamay ko sa kamay niya at sabay tayo. Inalis ko rin ang mga dumi sa suot kong dress. Masaya naman kahit papaano dahil mabait si Kenzo. Bigyan ko na lang ang sarili ko na hayaan siyang lumapit sa akin. Napakasama ko kase kung itataboy ko siya palagi.

"Salamat," mahina kong wika sa kanya.

Tumulong na kami sa mga classmate namin na naghahanda nang pagkain. Patanghali na kase kaya mag-aasikaso na kami ng tanghalian namin. May mga binigay na task sa amin ang mga teacher namin kada araw. Mga task na need i-fullfill at gagawan ng reflection after retreat. Kami ni Shaniah ang bahala sa pag-iihaw ng liempo at hotdog. Sina Amber at Cissy ang nagsasaing sa dahon ng saging— balisunsong ang tawag doon. Ang iba naman ay may iba rin gawain. Samantala sina Carla at President ay nanonood sa amin, sila kase ang inatasan sa pagmo-monitor sa amin. Kada araw kase chine-check nila kung kumikilos nga ba ang lahat bawal kase ang walang ginagawa or petiks-petiks lang.

"Nasusunog na ang iniihaw mo."

Nataranta naman ako sa sinabi ni Shaniah. Masyado kase akong nakatutok kina crush.

After an hour lang ay natapos na kami at pumwesto na sa mahabang lamesa. Sama-sama at salo-salo kami kumain. Napapangiti nga ako kase first time namin 'to ginawa. Saka, magandang experience 'to sa amin, kahit na istudyante pa lang kami may kaya naman pala kaming gawin.

"Sama ka sa 'kin mamaya?" tanong ni Kenzo, katabi ko sa kanan.

"Saan pupunta?"

"May nakita kase akong Souvenier Shop kanina gusto ko sana puntahan. Baka gusto mo lang sumama."

"Teka, may nakita ka rin bang Magic Shop dito?"

"Wala. Tinanong mo na 'yan sa 'kin dati, 'di ba? Ano bang Shop 'yon?"

"Ah, si Lola Eli ang may-ari non. Nagtitinda siya ng po—ay este mga libro at paintings." Muntik ko na masabi.

Tapos na ata siya kumain kase naghugas na siya ng kamay at tinignan niya ako.

"Wala akong nakikitang ganon Shop."

Sabagay wala ata siyang 4th eye. Napaka special ko naman pala kase nakikita ko ang Magic Shop. Kumusta na kaya si Lola Eli? Naalala ko pala nasa akin pa ang pangalawang potion siguro magtye-tyempo na lang ako.

Sumama na ako kay Kenzo sa sinasabi niyan Shop wala naman akong gagawin, ang iba naman kase ay naatasan sa paghuhugas ng mga kinainan. Medyo malayo nga lang pala sa Resthouse ang Shop na binanggit niya pero worth it kase napakaganda ng ambiance nito at marami kang mabibili. Nagkahiwalay pa nga kami ni Kenzo dahil gumawi ako sa mga dream catcher. Balak ko sana bumili kaso wala pala akong dalang pera nakalimutan ko. Nakakahiya naman kung si Kenzo ang sumagot. Nagtingin-tingin na lang ako at hanggang makita ko na papasok din sa Shop sina Crush, Carla, Neo at Gia. Magkakasama pala ang apat na 'to. Hindi ko sana sila papansinin na tawagin ako ni Gia, nagtatago na nga ako nakita pa ako ng hindi oras.

"Hi Gia at sa inyo," bati ko sa kanila.

"Ikaw lang mag-isa rito?" tanong ni Gia. Sasabihin ko sana kasama ko si Kenzo na unahan na ako ng kasama ko. Inakbayan pa ako.

"Kasama niya ako. Mukhang natipuhan niyo rin ang Shop na 'to?"

"Oo, si Carla ang nag-aya nakita niya raw 'to nung papunta tayo sa Resthouse. Tama nga siya maganda rito at puwedeng bumili ng pang regalo," wika ni Neo.

"Ehem, maglilibot na kami ni President." At ayun nga hinila na ni Carla si crush.

Umiinit na naman ang ulo ko. Inalis ko na ang pagkaakbay sa akin ni Kenzo. Nagpaalam na kami sa kanila na babalik na ako sa Resthouse. Nakakainis, parang walang bisa ang potion. Noong una parang kahit papaano meron pero ngayon nawala na naman. Aish, kainis talaga ang babaeng 'yon, panira siya sa buhay ko.

"Ako na ang gagawa nang juice nila," pagkusa ko kay Ria. Nasa sala kase ang mga lalaking classmate namin at ayun mga naglalaro. Inutusan si Ria ni Dante pagawa raw ng maiinom nila, ako na ang nagpresinta para mailagay ko sa inumin ni crush ang potion. Hindi pwedeng wala akong gawin kailangan ko na kumilos. After ko gawin 'yon nilagay ko lahat sa tray at pinuntahan sila sa sala. Nakita ko naman siyang katabi ni Neo at naglalaro sila ng chess, dahan-dahan ko inilapag ang juice niya.

"Salamat."

Nang maibigay ko na lahat ay tinawag ako ni Amber inaaya niya ako sa labas sabi ko susunod ako. Saktong pagharap ko kina crush ay natapon ang juice ni Neo. Lumapit naman ako agad para punasan ang table sakto rin kaseng may hawak akong basahan.

"Pasensya ka na Adrielle, ah, nasayang pa ata ang Juice na ginawa mo." Rinig kong sabi ni Neo.

"Wala 'yon Neo. Gagawan na lang kita ule."

"Hindi na. Mamaya na lang siguro ako iinom."

Tumango na lang ako sa kanya at tumingin ako kay crush na iniinom na ang juice niya. Nagpaalam na ako sa kanilang dalawa.

Umakyat ako sa kwarto at lumabas baka mapagalitan pa ako ni Amber ang kupad-kupad ko.

"Bilisan mo!" pagsigaw ni Amber.

Halos lahat ay busy sa paglalaro ng volleyball. Since marami ang babae sa buong section, naghati sa dalawa para maglaro ng volleyball. Ang laki nga ng ambag ko taga score lang naman ako. Bwisit 'tong si Amber tinawag pa ako eto lang pala role ko.

Nagsigawan ang grupo nina Amber na sila ang nanalo sa Set 1. Sa kabilang grupo naman si Carla na hindi na maipinta ang mukha. Umabot ng Set 4 ang laro at napahiyaw na rin ako na manalo nga sina Amber. Tumakbo ako sa kanila at nakipagyakap sa kanila na biglang may tumama sa ulo ko, nahilo ako bigla at mabuti nahawakan ako agad ni Cissy.

"Bakit, hindi mo tanggap na talo ka?" sabi ni Amber kay Carla na siya ang bumato ng bola sa ulo ko. Hindi naman ako naglaro pero dinamay niya ako.

"It's not my point. Sadyang lumipad lang ang bola hindi ko sinasadya."

"Tsk, huwag mo kami gawin tanga. Minsan kase tumanggap ka ng pagkatalo huwag kang umasa na lagi kang panalo. Hindi lahat ng bagay umaayon sa gusto mo."

"So, what do you mean? Ah, naalala ko nga pala, kaya kayo masaya eto kase 'yong first time niyo manalo. Ilang beses na pala tayo nagkakalaban sa volleyball. I understand, pinagbigyan lang namin kayo."

"Pinagbigyan? Gago ka ba? Tanggapin muna na talo kayo. Saka isa pa tantanan mo na si Adrielle na saktan. Ilang beses ka na nananakit hindi lang kita pinapatulan dahil miyembro ka pa rin ng SC."

"Tsk, so kasalanan ko pa? Pakisabihan ang kaibigan niyo na huwag siyang lumagpas kung ano ang pag-aari ko. Hindi na kase maganda ang ginagawa niya nang-aagaw ng hindi kanya." Parang double meaning pa ata ang sinasabi niya.

Inawat ko na si Amber baka kase magkaroon ng riot at mapabalik kami biglaan sa school mayayari kaming lahat. Pero bakas kay Amber na gigil talaga siya kay Carla at gusto na niya ito banatan.

"Ikaw hindi ang maganda ang ginagawa. Kapag may ginawa ka pang mali kay Adrielle makikita mo wala ka ng mukha kinabukasan. I swear, kahit secretary ka pa," sabi pa ni Amber at lumakad paalis.

Sumunod naman kami ni Cissy sa kanya. Palagi ko na lang pinapainit ang ulo ni Amber dahil sa kagagawan ko. Pero wala naman akong ginagawa kay Carla masyado siyang papansin at nagpapaapekto. Nang makabalik na kami sa kwarto namin ay kinuha ko na lang ang isang libro na dala-dala ko, magbabasa na lang ako habang wala pa akong gagawin.

"Oh Amber, inumin mo muna 'yan kumalma ka at baka maging hulk ka niyan sa sobrang galit." Inabutan ni Cissy si Amber ng bottle of water at inasar pa.

"Gusto mo ipalo ko sa 'yo ang bote na 'to? Hindi ka nakakatulong, e."

Tumawa ako ng malakas at sumimangot naman si Cissy. Takot talaga ako kay Amber, kaso itong si Cissy ang lakas mang-asar.

"Joke lang naman, Amber, huwag ka ng magalit dyan."

"Amber, sorry ha, kase kasalanan ko naman talaga. Hindi muna sana pinatulan si Carla alam mo naman ang ugali non. Saka at least nanalo kayo kaya dapat mag-relax ka at mag-celebrate tayo," sabi ko sa kanya.

Tila napaisip siya after niyan uminom. Tumabi siya umupo kay Cissy.

"Oo nga, kalimutan muna si Carla, wala naman naidudulot na maganda 'yon," pagkumbinsi rin ni Cissy kay Amber.

"Sige na, basta Adrielle, kapag sinaktan ka na naman ni Carla sabihan mo ako, hindi iyong hahayaan mo na lang. Pero naguguluhan talaga ako sa takbo ng utak niya."

"So, saan tayo mag-iinom? Pwede ba rito sa loob ng kwarto baka mapagalitan tayo ng mga Professor." Sabay tayo ni Cissy.

Sabi ni Amber puwede naman daw uminom basta huwag lang ipaalam. Kaya sinamahan ko si Cissy na kumuha ng isang bote ng alak. Mild lang naman siya kaya na namin inumin. Kumuha rin ako ng snack para masarap ang inuman namin. After non ay si-net na namin sa loob ng kwarto. Nagmo-movie marathon din kami para hindi boring.

Naisip ko na naman ang magiging plano ko para kay crush. Kase nainom na niya kanina ang potion kinakabahan talaga ako sa magiging resulta non. Uminom na lang ako ng alak at tiningnan ang dalawa, ayun busy sa panonood. Muntik pa nga ako mapatalon sa inuupuan ko ng sumigaw si Cissy.

"Grabe ka naman makasigaw," sabi sa kanya ni Amber.

"Sorry naman, nakakatakot kase ang mukha ni sudako. Bakit kase iyan pa ang pinanood natin baka mapanaginipan ko 'yan mamayang gabi."

"Tsk, tumigil ka nga, hindi iyan susulpot sa panaginip mo. Movie lang 'yan matakot ka kapag ako ang sumulpot sa panaginip mo."

Hindi ko mapigilan matawa na naman sa sinasabi ni Amber. Itong dalawa mahilig mag-asaran. Natigil lang sila ng may sumulpot na naman mukha ni sudako ayun nagkanda sigaw-sigaw si Cissy. Sana hindi kami marinig ng mga kasama namin. Isang lagok muli ng alak ang ginawa ko. Nang makaramdam ako ng kakaiba sa pantod ko I mean naiihi na pala ako nagpaalalam naman ako sa dalawa. Pagkababa ko ay wala naman masyadong tao maliban kay crush na malalim ang pagkakatingin sa labas.

Dumiretso naman ako sa c.r after non ay pabalik na ako nang naroon pa rin si crush. Lumakad ako papalapit sa kanya at tinabihan. Tiningnan ko na rin kung saan ba siya nakatingin. Sa ganda ng ulap at sa mga bituin na kumikinang.

"Kaya ka nandito kase maganda ang tanawin?" sabay tingin ko sa kanya.

"Oo."

Lumilingon-lingon ako sa likuran namin at sa paligid baka may makakita sa amin. Nakakatakot kapag nakita kami ni Carla.

"May kailangan ka ba?" Rinig kong pagsalita niya.

"Huh? Wala naman."

"Uminom ka ba?" taka niyan tanong sa akin. Magkaharap na kami ngayon at medyo malapit kami sa isat isa.

"H-hindi." Akmang aalis na ako na biglaan niya nilapit ang mukha niya sa akin. Napapigil hininga ako at mukha akong estatwa na hindi makagalaw. Bakit ba bigla-bigla siyang gumaganyan sa akin.

"Amoy alak ka. Grapes flavor, tama ba?"

Naamoy niya iyon kaagad masyado bang matapang ang amoy non para mahulaan niya. Magsasalita sana ako nang biglang sumulpot si Kenzo at tinulak palayo si crush.

"May balak ka bang halikan si Adrielle?" sabi niya na ikinagulat ko.

Chapter 11

"KENZO, ano ba ang pinagsasabi mo?" Medyo nahiya ako sa sinabi ni Kenzo.

"Tsk, Kaya naman pala." Nagulat ako ng hawakan ako ni Kenzo at hinila palabas. Binitawan niya lamang ako ng mapadpad kami sa may bandang duyan. "Amoy alak ka. Kailan ka pa natuto uminom? Kaya naman nilapitan ka ng gagong 'yon. Paano kung tsumansing 'yon na halikan ka."

Humawak ako sa ulo at napairap sa kawalan. Siya ata ang nakainom mas malala pa ang tama niya sa akin. Moment ko na 'yon para halikan niya ako tapos sisirain niya lang, panira rin 'to sa plano ko.

"Hindi niya ako hahalikan. E, ano naman kung uminom ako?"

"Kasama sa rules na bawal ang uminom tapos uminom ka. Sino ba ang kasama mo sina Amber?" inis niyan tanong.

"Huwag mo na lang ako pakielamanan okay." Tinalikuran ko na siya dahil ayoko siyang kasama kaso hinawakan niya ako sa kamay. "Ano na naman?"

"Dumito ka muna. Nasa labas si Carla baka maamoy ka niya at kapag nalaman niyan uminom ka baka parusahan ka."

Lumingon ako sa Resthouse at nandoon nga siya. Balak ko sana bumalik sa kwarto namin nina Amber baka kase hanapin ako ng mga 'yon. Kaysa naman mangawit ako kakatayo ay umupo ako sa isang duyan. Ganoon din ang ginawa ni Kenzo. Hay, naguguluhan talaga ako sa lalaking 'to. Ang hilig-hilig manghila.

"Malapit na tayo grumaduate," usal ni Kenzo.

"Kaka transfer mo pa lang graduation na agad ang nasa utak mo." Napailing ako sa sinabi niya.

"Advance ako mag-isip pake mo ba. Siya nga pala, may naisip ka na kung ano kukunin mo sa College?"

Hindi ako nakasagot kaagad. Sa totoo lang hindi pa ako nakakapag-decide. Ang dami ko kaseng course na gustong i-take kaso ayaw sa akin nung course. Pero kailangan kase maging kaklase ko si crush. Kaso, kung kukunin niya ang Accounting hindi dapat iyon ang kunin ko sobrang hina ko sa math.

"Wala pa ako maisip."

"Bakit wala pa? Huwag mong sabihin gusto mong malaman ang kukunin ko para maging magkaklase tayo ulit."

Umirap ako. "Bakit naman kita susundan? Ayoko nga kita kasama pati ba naman sa College magkasama pa rin tayo. Tama na ang taon na 'to."

"Ang sakit mo magsalita. For sure kapag hindi tayo nagkasama sa college mami-miss mo ako."

Umawang ang bibig ko dahil sa sinabi niya. Ang lakas talaga ng hangin nito. Ang kapal ng mukha.

"Siguro nung nagbigay si Lord ng yabang at kapal ng mukha sinalo mo. Grabe ka."

Humalakhak siya at napahawak pa sa tyan.

"Hindi muna ba nakakaya? Baka naman na-i-inlove ka na talaga?"

Agad akong tumayo. "Ewan ko sa 'yo. Kausapin mo na lang ang buhangin baka matuwa pa ako. Dyan ka na nga." Hindi ko na hinintay na sumagot siya. Umalis na ako at bumalik sa Resthouse.

Habang pabalik ay may mabilis na humila sa akin tinakpan nito ang bibig ko at pinatay ang ilaw. Syempre, pumiglas ako. Hindi ko kilala ang taong humila sa akin. Baka mamaya i-rape ako nito. Aapakan ko sana ang paa niya na bitiwan na niya ako at tinulak palayo. Doon ko napagtanto na si crush pala 'to. Bakit niya ginawa 'yon?

"Dumaan si Carla, baka maamoy ka niya."

"Ah. Amoy na amoy ba na nakainom ako?"

"Medyo." Concern ba siya kaya niya 'yon ginawa.

"Salamat. Babalik na ako sa kwarto namin nina Amber."

Pagkabalik ko sa kwarto ay wala na akong naabutan gising. Paano ba naman ang dalawang 'to nakahandusay na sa sahig at wala ng malay. Kalat-kalat pa ang pagkain at nakatumba ang mga boteng ininom namin.

MAAGA ako nagising dahil balak ko picture-an ang tanawin sa labas. Saka naalala ko ngayon araw ay sasakay kami sa malaking barko. Excited ako.

Pagkatapos ko mag-ayos ay lumabas na ako ng kwarto namin. Sina Amber at Cissy ayun tulog pa rin. Nahirapan nga ako sa dalawang 'yon dahil binuhat ko pa para madala sa higaan. Mabuti na nga lang ay walang nakaalam na uminom kami.

Nasa labas na ako at nilabas ang camera. Itong camera ay hiniram ko muna kay ate para naman may memories na nag-retreat kami. Maganda ang panahon at medyo lumilitaw na ang sikat ng araw. Hindi ako magaling kumuha ng picture kaya nahirapan ako. Cellphone na lang sana ang gagamitin ko na maalalang hindi ko pala dala. Ayoko naman bumalik sa kwarto.

"Ang hirap naman," bulong ko sa sarili ko.

"Gusto mo, ako na kumuha?" Tumalikod ako at nakita ko si crush. Kanina pa kaya siya nandito? Nakita niya siguro akong nahihirapan.

"G-gusto ko sana kuhanan ang view habang papasikat ang araw hindi ko kase maangguluhan," nahihiya kong sabi sa kanya.

Inagaw niya sa akin ang camera at pumwesto para kuhanan ang tinutukoy kong view. Habang ginagawa niya iyon ay nakatingin lamang ako sa kanya. Hindi kaya.. .gawa na naman ito ng potion. Parang huminto ang mundo ko na makita siya sa ganoon posisyon. Nawala ako sa pagkatingin sa kanya na ibalik niya na ang camera sa akin.

"Maganda ang camera mo," sabi niya.

"Hindi sa akin 'to hiniram ko lang sa Ate ko."

Sabay kami tumuon sa Resthouse na tawagin kami ni Neo, kakain na raw ng almusal. Sabay na kami ni crush naglakad papunta sa Resthouse.

Nakahanda na ang pagkain sa mahabang lamesa at nakaupo na ang iilang kaklase namin. Binaba ko muna ang camera ko. Nakita ko naman sina Amber at Cissy na papunta sa lamesa. Biglang napunta ang atensyon ng lahat kay Amber na matumba ito, lasing pa ata 'to.

Sabay-sabay kami kumakain at sarap na sarap sa mga putaheng niluto. Sobrang sarap at ang saya na maranasan namin 'to. Sobrang worth it. Kailangan namin talaga sulitin ang bawat araw na pananatili namin dito kase kapag nakabalik na kami sa school stress na naman kami. May exam pa kami at iilang activity. Malapit na kami grumaduate kaya dapat mag-enjoy lang kami. Sulitin namin ang pagsasamahan ng lahat gawin ang mga bagay na alam namin makakapag pasaya sa amin.

Nang matapos kumain ay may mga naka-task naman kung sino ang maghuhugas ng mga pinagkainan. Kinuha ko na muli ang camera ko at umakyat sa kwarto namin. Bago ko ipasok sa bag ang camera ay tiningnan ko muna ang mga pinicture ni crush. Grabe ang galing niyan photographer. Lahat magaganda at tama ang anggulo.

Nasa labas na ang lahat dahil sasakay na kami sa malaking barko. Nung makita ko iyon para kaming nasa titanic kapag sasakay. Lahat kami ay na-excite dahil lahat naman ata kami ay first time sasakay sa malaking barko. Nagbigay lang ng reminders ang isang tauhan ng Resthouse tungkol sa barko. May mga bawal kase na gawin kapag nakasakay ka na. Inintindi naman namin iyon at walang pumasok sa utak ko. Joke lang. Nakatuon na naman kase ang tingin ko kay crush na seryosong nakikinig katabi niya si Carla na naka cross-arm pa akala mo siya may-ari ng barko.

"Salamat sa pakikinig ninyo maaari na kayong sumakay."

Pila-pila kami habang paakyat sa barko. Nang makaapak nga ako ay napahawak pa ako kay Kenzo, ngayon ko lang naramdaman ang takot.

"Ang higpit mo naman makakapit."

"Sorry naman."

"Okay lang 'yan, kumapit ka lang hanggang gusto mo."

Pinalo ko ang braso niya.

"Ewan ko sa 'yo." Lumayo na ako sa kanya at lumapit naman kina Amber at Cissy.

Umandar na ang barko, nang makasakay na ang lahat. Hindi ko mapigilan mapakapit ng mahigpit kina Amber, ganito pala ang feeling, nakakakaba at nakakatakot. Nakatuon lamang ako sa tubig na dinadaanan namin asul na asul ito at ang gandang pagmasdan.

Maya maya ay narinig namin ang boses ni Neo. Sabi niya magtipon-tipon ang lahat para sa picture. Kaming tatlo ang medyo malayo sa mga kaklase namin kaya kami ang lumapit. Habang papalapit sa kanila ay pinatatahimik ko si Cissy, inaasar na naman kase si Amber. Hanggang may maapakan akong paa.

"Sorry," sabi ko kay crush na siya pala ang naapakan ko. Ang kulit kase nina Cissy.

Umabante kaming tatlo para may pwesto ang iba sa likuran.

"Okay na? 1, 2, 3."

Lumayo na kami sa isa't isa na matapos ang picture. Ilang minuto pa nagtagal ang pagsakay namin sa barko. Hindi ko ito malilimutan.

Bumalik na kami lahat sa Resthouse at naghanda ng pagkain. Ako ulit ang nagpresinta na maghahanda ng inumin. Lumingon pa nga ako sa likuran baka kase may makakita sa akin. Dahan-dahan kong nilabas ang potion at nilagay sa inumin ni crush siguro naman tumatalab ang potion dahil nakikita ko ang pagbabago ni crush sa akin. Sobra akong masaya dahil feeling ko pinagbibigyan ako ng tadhana. Panira lang talaga palagi sina Kenzo tsaka si Carla.

"Hindi pa ba tapos 'yan?" Nakita ko si Carla at naka cross-arm habang nakatingin sa ginagawa ko. Mabuti na lang ay hindi niya ako nahuli. "Iyan na lang kase ang hinihintay."

"Tapos na ako." Nilagay ko ang mga baso sa tray para dalhin sa lamesa.

Nang makarating doon ay isa isa ko ito binibigay sa mga kaklase ko. Hanggang mapadpad ako kay crush, nilapag ko ang juice na may potion. Sa totoo lang kinakabahan talaga ako kada gagawin ko 'yon pero kailangan. Mukha na ba akong desperada?

Sabay-sabay kaming muling kumain at nakatuon nga lang ang tingin ko kay crush dahil sinisiguro ko na iniinom niya ang juice na may potion. Hindi pa naman ata siya nakakahalata o nagdududa sa akin, ano.

"Kumain ka ng marami, mamaya magugutom ka na naman," sabi sa akin ni Amber.

"Kumakain naman ako, ah. Unti-unti lang pagkain ko kase ninanamnam ko."

"Bilisan mo may gagawin pa tayo, 'di ba?"

"Ano?"

"Nakalimutan muna? Tayo ang inutusan na mag-ayos ng buong Resthouse para sa mini party mamayang gabi." Ay oo nga pala, mamaya na palang gabi 'yon.

"Sige, bibilisan ko na." Babalik na sana ako pagkain ng mapansin wala na sa upuan si crush. Nasaan na siya? Nakita ko naman 'yong baso na nasa lamesa at wala ng laman. Naubos pala niya ang juice niya.

Nasa kuwarto ako para ayusin ang gamit ko kalat-kalat kase ang mga ito at hindi ko na nalinis. Sobrang dami rin kase namin ginagawa. Lalo na mamaya, kami pa ang inutusan para doon. Wala nga akong talent sa pag-aayos. Dalawang araw na lang ay uuwi na kami. Ang bilis ng araw. Pero masaya ako sa retreat dahil kay crush.

"Adrielle." Umangat ang tingin ko kay Amber na nasa pintuan.

"Bakit?"

"Tawag ka ni Kenzo, may sasabihin daw siya. Puntahan muna nga kanina pa ako kinukulit non."

Ano na naman problema niya? Busy kaya ako mag-ayos ng gamit ko. Bahala nga siya. Kung gusto niya ako kausapin ay pumunta siya rito kaso hindi pala siya pwede rito. Aish, kainis naman ang lalaking 'yon.

"Amber, pakibantayan ang gamit ko pupuntahan ko lang saglit si Kenzo."

"Sige."

Mabilis akong lumabas at bumaba. Hinanap ko siya at nakita ko siyang nasa labas.

"May sasabihin ka raw sa akin?" bungad ko sa kanya.

"Buti naman nandito ka na."

"Ano ba kase 'yon? Nag-aayos ako ng gamit ko importante ba 'yan?"

"Magpapasama sana ako sa 'yo sa Souvenir Shop, inutusan ako ni Prof. Mina na bumili ng mga pang regalo sa lahat ng istudyante. So, sasama ka naman, 'di ba?"

"Bakit ikaw ang inutusan? May SC naman dapat sila ang gumagawa ng bagay na 'yan."

"Si President ay kasama ni Neo may inaasikaso sila. Si Carla naman ay kasama ni Gia may ginagawa rin sila."

"Paano kung ayokong sumama?"

"Sasabihin ko sa lahat na crush mo ako." Umawang ang bibig ko sa sinabi niya. Anong crush? Hindi ko nga siya crush o ni gusto. Ang kapal talaga ng mukha nito. Bakit ako magkakagusto sa kanya, eww kaya.

"Hoy, huwag ka ngan mangarap. Grabe ka, sobrang kapal muna ang bato sa sobrang demanding."

"Ayaw mo talaga ako samahan?" tanong niyan muli sa akin.

"Ayoko. Manigas ka." Bineletan ko pa siya para asarin.

Nagtaka ako nung pumalakpak siya at naagaw iyon ng atensyon ng ibang istudyante.

"Classmate, alam niyo bang etong si Adrielle, may g—" Para akong si flash na agad tinakpan ang bibig niya. Siraulo 'to, sasabihin pa talaga sa lahat. Nababaliw na talaga siya. Pagkaalis ko ng kamay ko sa bibig niya ayun tawa ng tawa akala mo wala ng bukas. Ang lakas din niya mang-asar.

"Ang baho ng hininga mo. Tara na nga," inis kong sabi at nauna na maglakad.

Chapter 12

HAWAK ko ngayon ang isang snow ball, ang cute kase nito tingnan. Sabi ko kay Kenzo ito na lang ang bilhin. Pumayag naman siya at kumukuha na lang na sakto sa lahat. Marami pa naman souvenir dito pero napukaw ng mata ko ang snow ball. Dati kase mayroon ako nito kaso nabasag kaya nung makita ko ito ulit sinabi ko na kay Kenzo ito na lang.

"Okay na." Tumingin ako kay Kenzo at bitbit na niya ang dalawang bag.

Lumakad na kami palabas at pabalik na sa resthouse. Subalit napahinto kami na makitang nagtatalo sina Amber at Carla nang makarating sa Resthouse. Mabilis akong lumapit kay Amber na inaawat ni Cissy.

"Nandito pala siya, bakit hindi natin siya tanungin," sabi ni Carla habang nakatingin sa akin. Ako ba ang dahilan kung bakit sila nagtatalo.

"Huwag kang gumawa ng aksyon na hindi pa tayo nakakasiguro. Kung gusto mo talagang siyang siraan sa lahat ako muna ang makakalaban mo," sabi ni Amber kay Carla.

"Fine. Hindi ako natatakot. Sana alam niya kung saan siya lulugar. Ilang beses ko na siyang sinabihan pero makitid ang utak niya."

"Huwag mo siyang sasabihan ng ganyan. Hayaan natin ang taong 'yon ang magdesisyon. Huwag mo siyang hadlangan at harangan."

Magsasalita sana ako ng hawakan ako ni Amber at hilahin papasok sa loob. Ano kaya ang pinag-uusapan nila? Tungkol ba talaga 'yon sa akin? Pumasok kami sa kwarto namin at sinarado niya ang pintuan. Hindi pala namin kasama si Cissy akala ko sumunod siya.

"Bakit kayo nag-aaway ni Carla? Tungkol na naman ba 'to sa akin?" tanong ko kay Amber.

"May itatanong ako sa 'yo."

"Ano 'yon?"

"Magsabi ka nga ng totoo, may gusto ka ba kay President?"

Nanlaki ang mga mata ko ng marinig ko 'yon. Alam na ba ni Amber na may gusto ako kay President. Paano niya nalaman? Saan niya nalaman? Hindi kaya... sinabi ni Carla pero malabo kase hindi naman ako deretsong umamin sa kanya. Nung nag-usap kami ni Carla sa rooftop nung tinanong niya ako kung gusto ko raw daw ba si President ang sabi ko ay hindi. Kahit kaibigan ko si Amber pati si Cissy never akong umamin sa kanila. Hindi naman sa hindi ko sila pinagkakatiwalaan sadyang hindi ako ang tipo ng tao na confidence umamin sa mga crush. Alam ko naman kung dati pa ako umamin posibleng asarin lang nila ako o hindi sabihin huwag ko na ituloy dahil wala naman akong mapapala. Para akong gumawa ng krimen na nalaman ng lahat na ako ang pumatay.

"I-iyon ba ang pinag-aawayan niyo ni Carla? May sinabi ba siyang tungkol sa akin."

"Bakit hindi mo sagutin ang tinatanong ko?"

"Hindi naman siguro masama na magkagusto ako sa isang lalaki, 'di ba?"

"So, inaamin muna?"

"Aish, oo na. Matagal ko ng crush si President. Hindi ko lang sinabi kase hindi ako kumportable. Ang tagal ko 'to tinago tapos..."

"Sorry kung nalaman ko. Naalala mong pinagbantayan mo ako ng gamit mo kanina? Hindi ko sinasadya na makita ang diary mo, doon ko nalaman na crush mo pala siya. Kaya pala galit na galit sa 'yo si Carla dahil iisa lang ang gusto niyo."

"Kaya mo kinausap si Carla?"

"Oo, hindi tama na awayin ka niya dahil may gusto ka rin kay President. Hindi pa naman sila at hindi natin alam kung sino ang gusto ni President sa inyong dalawa."

"Sa tingin mo ba may gusto rin sa akin si President?"

"Gusto mo pa ba na sagutin ko 'yan?"

"Amber naman, e." Kita mo tong babaeng 'to hindi man lang ako sakyan.

"Hahaha. Nagdududa na ako sa 'yo dati pa lalo na 'yung niyakap mo siya sa restroom iyon na pala ang hint."

"Hindi ko sinasadya 'yon 'no akala ko talaga ikaw 'yon."

"Maiba tayo umamin ka na ba sa kanya?" Akala ko talaga magagalit sa akin si Amber ayun pala susuportahan din pala ako. Masyado lang akong natakot.

"Hindi pa."

****

Nakaharap ako sa salamin at umiikot para tingnan ang kabuuan ko. Ngayon gabi kase ang mini party. Nakasuot ako ng black dress at flat sandals. Nilugay ko ang mahaba kong buhok at nilagyan naman ako ni Cissy ng simpleng make-up.

"Wow, ang ganda mo ngayon Adrielle. Magaling talaga akong mag-ayos 'no?" Rinig kong sabi ni Cissy. Ang cute nga niya ngayon para siyang diwata dahil puro bulaklakin ang aura niya ngayon.

"Salamat Cissy, feeling ko ibang tao ako ngayon."

"Sus, wala 'yon. Wait, nasaan si Amber?"

Sasagot sana ako ng lumabas si Amber at agad kami humagalpak ng tawa ni Cissy. Actually ayos lang naman ang dress sa kanya bagay naman sa kanya ang kaso lang nakakatawa ang itsura niya. Hindi kase mahilig si Amber manamit ng mga dress halata naman may pagka tomboy siya, 'di ba.

"Hoy, kayong dalawa! Huwag niyon sabihin ang panget ko talaga?"

Tumigil na kami ni Cissy tumawa at ako ang sumagot sa tanong niya.

"Bagay naman sa 'yo Amber, kaso... ayusin mo naman ang pagkakatayo mo para kang sinakluban ng langit at lupa niyan."

"Oo nga, tsaka alam mo aayusan din kita para naman maging babae ka kahit ngayon lang."

"Babae naman ako, ah."

"Alam namin, babae ka pero hindi ka mukhang babae." Hinila na ni Cissy si Amber para ayusan.

Umupo na lang ako sa hinihigaan namin habang hinihintay ko sila. Ilang minuto lamang ay natapos na sila at sabay-sabay kami lumabas na at bumaba.

Halos marami na rin pala ang nasa labas at ang cu-cute namin tingnan. Kahit na wala kami sa school o magandang venue ay nagawa pa rin namin magkaroon ng mini party. Nagulat naman ako nang may umakbay sa akin mabilis kong tiningnan ito at si Kenzo pala.

"Ang ganda natin ngayon, ah."

Ngumisi ako at tinanggal ang pagkakaakbay niya.

"Salamat pero hindi muna ako kailangan akbayan. Baka mamaya ano pa isipin ng mga kaklase natin."

"Bakit natatakot kang isipin nila na may something sa atin. Wala naman problema doon, 'di ba? Kase bagay naman tayo."

Lalong lumaki ang ngisi ko at tinulak siya palayo.

"Pwede ba kahit ngayon lang huwag mo muna dalhin ang kahanginan at kayabangan mo."

"So, huwag mong sabihin kaya ayaw mo sa akin dahil may iba kang gusto?"

"E, ano naman. Ano bang pake mo doon?"

Bigla siyang nag-iwas ng tingin at pinamulsa ang isa niyan kamay.

"Dyan ka na nga." Tinalikuran ko na siya at lumapit kay Shaniah.

Mayroon mini stage at nandoon si Prof. Mina para simulan na ang party. Pagkatapos niya magsalita ay pumila na ang lahat para kumain muna. Hindi kami ang naghanda ng pagkain, himala nga at hindi kami ang nagluto at nag-asikaso. Pagkakaalam ko nagpaluto sila sa may-ari ng resthouse. Buffet style ang pagkain namin. Syempre kumuha ako ng maraming pagkain para mabusog. Susulitin ko na ang araw na 'to.

Tumabi ako kay Amber at Cissy. Kasama namin sa table si Shaniah. Sisimulan ko na sana ang pagkain ng umupo sa bakanteng upuan si Kenzo. Natigilan ako at nagtaka sa ginawa niya.

"Hi girls, wala na kaseng bakante kaya dito na lang ako pupuwesto."

Nilibot ko ang buong area at wala na ngan bakante. Sakto lang ata ang upuan para sa lahat pero bakit sa amin pa siya uupo.

"Ayos lang," sabi sa kanya ni Cissy.

Hindi ko na lang siya pinansin dahil kumain na ako at sarap na sarap ako sa pagkain feeling ko mabobondat ako sa sobrang sarap ng pagkain.

"Hinay-hinay sa pagkain hindi ka mauubusan," biglang sabi sa akin ni Amber.

Nilunok ko muna ang huli kong kinain at tumingin sa mga kasama ko halos sa akin pala sila nakatingin nakakahiya naman. Tapos itong si Kenzo tumatawa pa akala niya ata hindi ko nakita 'yon sana sumakit tyan niya.

Pagkatapos namin kumain ay nagsalita muli si Prof. Mina. Habang nakikinig ay napahawak ako sa tyan ko. Humihilab ito at panigurado kailangan ko pumunta sa banyo ang dami ko kaseng kinain. Lumapit ako kay Amber para magpaalam na pupunta ako sa banyo. Pagkatango niya ay siyang pagtayo ko at dali-daling pumunta nga sa banyo. Mabuti na lamang ay wala naman tao. Pumasok ako sa isang cubicle at doon nilabas ang sama ng loob.

Patapos na ako at inaayos ang dress ko na may marinig akong mga boses. Tila dalawang babae ang nag-uusap. Lalabas na sana ako nang marinig ko ang pangalan ni Carla.

"Alam mo bang may i-aannounce si Carla mamaya pagkatanggap nila ng certificate."

"Ano naman announcement 'yon?"

"Hindi ko alam, e. Narinig ko lang sila nag-uusap ni Gia sa kwarto nila. Feeling ko tungkol ata 'yon kay President."

"Hindi kaya... aamin na si Carla na boyfriend na niya si President? Well, bagay naman sila."

"Tama ka. Pero ayoko Kay Carla kita mo bang kung paano niya awayin si Adrielle. Nalaman ko kase na hindi maganda ang trato niya kay Adrielle kahit wala naman itong ginagawa."

"Kasalanan din naman ni Adrielle hindi niya dapat pinapatulan si Carla alam naman niyan SC ito."

"Kahit na secretary lang naman si Carla hindi dapat siya umaasta ng ganon. Basta hintayin natin mamaya ang sasabihin niya."

"Sige."

Lumabas lang ako nang banyo ng masiguro kong wala na sila. Para akong tumamlay at hindi makalakad pabalik sa mga narinig ko. Gumagawa nang aksyon si Carla samantalang ako umaasa lang sa potion. Ang tanga-tanga ko. Pero, tumatalab naman ang potion baka naman may paraan pa para hindi niya sang-ayunan ni Carla.

"Adrielle." Nakita ko si Cissy at hinila na ako sa puwesto namin. Hanggang nakaupo ako ay para akong robot na walang ginawa kundi tumulala at hindi gumagalaw.

Nasa harapan muli si Prof. Mina para tawagin ang SC member tatanggap sila ng certificate, ito na nga ang sinasabi nung dalawang kaklase ko. Unang umakyat si Gia, sumunod si Neo, sumunod naman si Carla na ngiting-ngiti at ang pang huli si crush. Sobrang gwapo niya bagay sa kanya ang suot niya. Isa-isa nila tinanggap ang certificate at isa-isa rin nagsalita. Nakaramdam ako ng kaba na si Carla na ang magsasalita.

"Good evening to everyone, I am happy to see you in our mini party. I know all of you enjoying eating and talking with your friends. This mini party it was an unforgettable memories for all of us. I hope this mini party will keep to your heart and always part of your life." Huminto siya at sabay sulyap kay crush. "Now..."

Parang nagkakarera ang pagtibok ng puso ko sa anuman sasabihin ni Carla. Gusto ko siyang pigilan pero paaano, ano ang gagawin ko. Hindi pwede na malaman ng lahat na may gusto siya kay crush.

"I think this is also a perfect time for... saying my feelings for him."

Agad-agad nagbulungan ang mga kaklase ko. Napuno ito ng ingay at hindi ko iyon nagustuhan.

"I am confessing my feelings to a person that I like. I like him for almost a year... and now this is the time that I will tell to him about my feelings."

Akmang tatayo ako ng hawakan ni Amber ang kamay ko napatingin ako sa kanya at umiling siya sa akin hudyat na huwag ako gumawa ng eksena. Akala ko ba susuportahan niya ako pero ano 'tong ginagawa niya.

"He is my ideal man. He is my shining armor. He is my partner. And he is my life. This person... no other than P__"

Hindi na niya naituloy ang anuman sasabihin niya ng mabilis akong pumiglas sa paghawak sa akin ni Amber. Pero bago ko igalaw ang kamay para pumiglas ay hinawakan ko ang dulo ng table curtain kaya sa pagpumiglas ko ay siyang pagkahulog ng mga plato at baso.

Agad kaming tumayo at mabuti na lang ay walang natapunan. Tumingin ako sa mini stage at nakatingin sa aming ang buong member ng SC. Hindi ko maitago ang ngiti ko dahil nagtagumpay ako. Dahil kapag hinayaan ko si Carla iyon ang magiging tulay para matalo ako hindi na maging akin si crush.

"MALALIM ata ang iniisip mo," puna sa akin ni Kenzo habang nakamasid ako sa dagat. "Magsisimula na ang sayawan hindi ka ba sasayaw?"

Bumuntong hininga ako at tiningnan siya.

"Hindi ako puwede mawala doon. Tara na."

Pagkapunta namin ni Kenzo sa dating pwesto ay nakatayo na ang lahat ng mga kaklase ko lahat kase kami ay sasayaw. Bale ang mangyayari sa lahat ay iikot para lahat makasayaw mo. Una kong partner ay si Kenzo, abot langit ang ngiti niya habang nakatingin sa akin. Nang marinig namin ang tugtog ay hinigit niya ako papalapit sa kanya mabuti na lang maagap ako kaya hindi ako nasubsob sa kanya. Humawak lang ako sa balikat niya at siya naman ay sa bewang ko. Ito ang first time na sumayaw ako sa isang lalaki kaso ang malas lang dahil si Kenzo pa ang unang sumayaw sa akin.

"For sure hindi ka makakatulog niyan."

"Bakit naman?"

"Kase ako ang una mong nakasayaw. Hindi ka makakatulog dahil iisipin mo ito buong gabi."

"Pwede ba kita suntukin ngayon?"

Tumawa siya ng malakas. "Grabe ka. Bakit ba palagi kang ganyan sa akin? Mabait naman ako, gwapo naman ako at sweet. Ano pa ba ang hahanapin mo?"

"Siguro nga para sa 'yo nasayo na ang lahat pero hindi ko 'yon maramdaman. Alam mo, sa sobrang kapal kase ng mukha mo at kahanginan ay hindi ko na iyon talaga mararamdaman. Pakibawasan at baka magbago pa ang ihip ng hangin."

"Alam mo Adrielle, masyado ka lang manhid. Ilang beses na ako nagpapahiwatig sa 'yo pero hanggang ngayon hindi mo pa rin makita ang effort ko. Gusto mo pa ba talaga na sabihin ko pa ito sa 'yo?"

"Kahit sabihin mo wala ka naman aasahan." Binitawan ko na siya at lumipat ako sa isa kong kaklase.

Chapter 13

PAGKATAPOS ng limang lalaki ay napunta na ako kay crush. Naiilang ako at nahihiya na lumapit sa kanya. Dahan-dahan akong humawak sa balikat niya at parang nakuryente ang katawan ko na ilagay niya ang mga kamay niya sa bewang ko. Ito ang kauna-unahang hahawakan ako ni crush, para naman akong mare-rape, haha. Hindi ako makatingin sa mga mata niya dahil sa nararamdaman kong hiya at kaba. Nararamdaman ko rin pinagpapawisan ako. Ganito pala ang feeling na sobrang lapit ka kay crush sobrang nakakatameme.

"You look pretty tonight." Biglang umangat ang tingin ko sa kanya ng marinig ko 'yon. Sinabi niya ba talaga 'yon? Para kaseng nabingi ako. Pwede bang pakiulit.

"Thank you."

"I have a question from you."

"A-ano 'yon?"

"Halimbawa, may gusto kang makuha pero hindi mo makuha dahil hindi naman 'yon para sa 'yo. So, gumawa ka ng paraan para kuhanin ang bagay na 'yon. Gumawa ka ng isang kasalanan para makuha lang iyon. Sa tingin mo ba, tama ang ganon way?"

"Hindi."

"Bakit hindi?"

Taka na akong nakatingin sa kanya. Ano ba ang pinapalabas niya? Hindi ko siya maintindihan.

"Kase.. hindi tama na gumawa ng kasalanan para lang makuha mo ang bagay na 'yon. Kung gusto mo, talaga paghihirapan mo at gagawin mo ang best mo in a good way para makuha 'yon. Sabi nga nila, kung para sa 'yo ay para sa 'yo."

Isang ngiti ang nakita ko sa kanya, nginitian niya ba ako o dahil sa sinabi ko. Ang gwapo niya talaga kapag ngumingiti.

"Tama ang sinabi mo. Sana... hindi mo makalimutan ang pinag-usapan natin."

"P-para saan ba 'yon?"

"Well, meron lang akong gustong ipa-realize sa 'yo. Masaya ako na nakausap kita at nakasayaw." Binitawan niya na ako at lumipat na siya sa isang kaklase ko.

Tapos na ang mini party pero ang lahat ay hindi pa rin nagpapapalit dahil minsan lang naman ito mangyari bakit hindi na lang namin sulitin. Hindi ko kasama ngayon sina Amber at Cissy nasa kwarto na sila at kasama ata si Gia hindi ko alam ang ginagawa nila ayoko naman sumama.

Nasa kusina ako para uminom ng tubig. Paalis na sana ako ng makita ko si Carla. Walang nagsalita sa amin. Ayokong unahan siya dahil baka mapagsisihan ko. Kailangan siya muna ang magsalita.

"Sinadya mo ba 'yon?" May pagkainis ang boses niya. Tungkol siguro ito sa nangyari nung nagsalita siya. Inaasahan ko naman talaga na kakausapin niya ako.

"Ang alin?"

"Tsk. Huwag mo ako gawin tanga. I will not repeat what I'm asking to you iisipin ko na lang sinadya mo 'yon para hindi malaman ng lahat na may gusto ako kay President. Ano ba ang kinakatakot mo? Matagal ng alam ng lahat na may something sa amin ni President pero nakikiepal ka. Uulitin ko, hindi ka niya papatulan, hindi siya pumapatol sa mahina at hindi kagandahan babae. May class siyang pumili at alam kong ako ang pipiliin niya."

"Bahala ka kung ano ang gusto mong sabihin sa akin wala naman ako magagawa kung ganyan ka mag-isip. Kung mahina man ako para sa 'yo hindi naman ako kagaya mo na matalino na nga hindi naman ginagamit sa maayos ang utak. Hindi rin man ako kagandahan kagaya mo hindi rin naman ako kagaya mo na maganda na nga masama pa ang ugali."

Sinamaan niya ako ng tingin. "Tsk. This is my last warning to you kapag nakita pa kitang kasama si President hindi lang parusa ang aabutan mo. Wala rin ako pakielam sa mga kaibigan mo. Ikaw ang gumagawa ng paraan para sirain ang pangalan mo. Tingnan natin, kung kaya mo pa ako labanan."

Pagkaalis niya ay umalis na rin ako sa kusina. Hay, puro na lang banta ang gumagawa niya kapag magkasama kami, akala ata niya natatakot ako sa kanya. Hindi na ako matatakot at lalaban ako hanggang wala pa akong ginagawang mali. Imbis na pumunta ako sa kwarto ay lumabas ako ng Resthouse at lumakad papalapit sa dagat. Bigla kong niyakap ang sarili ko na maramdaman ang lamig naka dress pa man din ako. Tumingin ako sa kalangitan at napangiti na makita ang maraming bituin, ang sarap nila titigan.

"Wala ka bang balak na pumasok? Malamig dito." Tumalikod ako at nakita ko si crush.

"Gusto ko lang pagmasdan ang kalangitan ang ganda kase titigan ng mga bituin."

"Pero isipin mo ang sarili mo magkakasipon ka niyan kapag hindi ka pa pumasok." Huwag niyan sabihin na concern siya sa akin. Dahil na naman ba ito sa potion?

"Ayos lang ako. Kaya ko naman ang lamig."

Hindi na siya nagsalita pa. Nagulat nga ako na lumakad siya sa puwesto ko. Gusto niya ba ako samahan. Hay, ang sarap talaga sa feeling na napapalapit na ako kay crush. Dati ang hirap-hirap niyan kausapin at lapitan pero ngayon para akong nananaginip. Bigla-bigla na lang nangyayari.

"Meron akong itatanong sa 'yo."

"Ano 'yon?" Sabay tingin sa kanya.

"Kung may isang tao kang hinahangaan—halimbawa, gusto, ano ang dahilan kung bakit gusto mo siya?"

Bakit ba ganyan ang mga tanong niya? Minsan na nga lang kami magkasama, mga ganitong usapin pa ang pinag-uusapan namin ang seryoso niya masyado.

"Bakit gusto ko siya? Dahil gusto ko siya. Hindi lang sa itsura kundi sa kung anong ugali ang mayroon siya. Buong-buo ang pagkakagusto ko sa kanya. Para na ngan siyang parte ng buhay ko dahil hindi ako mabubuhay kapag hindi ko siya nakasama o maging akin." Sana naman alam niyan siya ang tinutukoy ko.

"Hindi ba obssesed ang tawag doon?" sabi niya at tiningnan ako.

Ganon na ba ako sa kanya? Parang hindi naman, 'di ba. Hindi naman katulad ng iba na grabe lang para maangkin ang taong gusto nila. Gumamit lang ako ng potion para maranasan ko na magustuhan din niya ako.

"Hindi naman ganon 'yon. Hindi natin maaaring sabihan ang isang tao na obsessed dahil lang sa nakita o narinig natin. Hindi natin alam ang tunay niyan dahilan kung bakit niya iyon ginagawa."

"Tsk. Masama na ba tuloy ang tingin mo sa akin?"

Tiningnan ko siya at umiling. Hindi ko akalain na kaya pala namin mag-usap ng ganito. Kada kase lalapitan ko siya nahihiya ako at naiilang pero ngayon wala na akong maramdaman ganon para bang madali na lang ang lahat. Hindi naman ibig sabihin wala na akong gusto sa kanya. Simula nung gumamit ako ng potion at unti-unti siyang lumalapit sa akin ay nawawala ang lahat ng pagkailang na nararamdaman ko. Kumbaga, malapit ko na siya makuha.

LAST day na ngayon ng pananatili namin sa Resthouse. Ang bilis, parang kailan lang pinag-uusapan lang 'to tapos ngayon matatapos na. Sa totoo lang naging masaya ako sa retreat namin. Baka nga puro isulat ko sa reaction paper puro moment namin ni crush. Nakakaloka.

Habang inaayos ko ang gamit ko ay nakita ko si Cissy na ang bilis-bilis pumasok ng kwarto tila ba na may humahabol sa kanya. Akala ko nga kasunod niya si Amber pero wala naman. Hingal na hingal itong humarap sa akin.

"Ayos ka lang?" tanong ko sa kanya.

Humawak siya sa dibdib niya at kinalma ang sarili.

"S-sina Kenzo a-at President nag-aaway."

Agad akong tumayo. "B-bakit?"

"Hindi ko alam. Hinahanap ko lang si Amber ng biglang sugurin ni Kenzo si President. Kinuwelyuhan niya 'to tapos ayun nagsuntukan sila."

Walang pakundangan na tumakbo ako papalabas ng kwarto. Muntik pa nga ako madapa sa hagdagan pero wala akong pake. Sa paglabas ko naabutan ko na nakahandusay si Kenzo habang hawak-hawak ang mukha. Si crush naman ay nakatayo at masama ang tingin kay Kenzo. Bakit sila nag-aaway? Lalapit sana ako ng maunahan ako ni Carla na kasama niya si Neo at Gia. Mabilis na lumapit si Carla kay crush.

"Kenzo, ano 'tong ginagawa mo? Nahihibang ka na ba? Baka nakakalimutan mo President ng SC ang kinakalaban mo," wika ni Carla Kay Kenzo.

Tumayo naman si Kenzo at ngumisi. "Ano naman? Matatakot sana ako kung presidente siya ng Pilipinas, hindi naman, 'di ba? Masyado kang nalalason ng posisyon ninyo."

Hindi makapaniwala si Carla na sabihin sa kanya ito ni Kenzo.

"Aba, ang kapal ng mukha mo. Matagal na ako naiinis sa 'yo pero nagtitimpi lang ako. Baka naman gusto mo rin maparusahan."

"Tama na Carla," pagsabat ni Neo. "Hayaan mo muna kausapin ng mahinahon ang dalawa bago ka gumawa ng aksyon baka nagkaroon lang sila ng misunderstanding."

"Oo, tama si Neo, mahalaga pa rin ang pag-uusap. Huwag natin hayaan na masira ang last day natin dito sa resthouse," sabat naman ni Gia.

Napairap na lang si Carla.

"Hindi ako sasama. Wala akong kailangan sabihin." Tumalikod agad si crush at naglakad palayo. Sinundan siya ni Carla.

"Mukhang interesado ka sa pinag-aawayan ng dalawa." Gulat naman ako mapatingin kay Amber na nasa tabi ko na pala, kanina pa ba siya nandito, para akong aatakihin sa ginawa niya. Akala ko kasunod ko si Cissy.

"H-hindi naman."

"Sus, halata naman sa 'yo. Feeling mo ba... kaya sila nag-away dahil sa 'yo? Malabo naman si Carla, wala naman gusto si Kenzo Kay Carla."

"A-ano bang sinasabi mo," naiilang kong sabi kay Amber.

"Adrielle, mukha naman may gusto sa 'yo si Kenzo. Huwag mong sabihin hindi mo 'yon nahahalata? For sure, kaya sila nag-away dahil sa 'yo nga."

Palagi naman sinasabi sa akin ni Kenzo na may gusto nga siya sa akin pero iniisip ko na biro lang 'yon. Mahilig kase siya magbiro at mang-asar. Seryoso pala siya. Kung nag-away sila dahil sa akin ano ang dahilan? Hindi kaya nagselos si Kenzo dahil palagi kami magkasama ni crush ang assuming ko naman.

Bitbit ko ang bag ko dahil aalis na kami sa Resthouse. Syempre nagpasalamat kami sa may-ari, sa mga nag-asikaso at sa nagluto ng mga pagkain namin. Sobrang worth it ang pananatili namin hindi ko ito makakalimutan.

Nasa labas kami ng Resthouse at hinintay lang ang lahat na makalabas. Nang maayos na ay sinabihan na kami ng aming guro na sumakay na sa bus. Natiligan pa nga ako nung nasa gitnang hallway ako dahil magkabilaan nakaupo sina Kenzo at crush wala silang katabi at hindi ko alam kung saan ako uupo. Hindi ba dapat kay crush ako umupo dahil ito na ang pagkakataon ko pero kung gagawin ko iyon baka magtaka ang mga kaklase namin. Kung kay Kenzo naman baka sabihin ni Amber na si Kenzo na pala ang gusto ko kaysa kay crush, ang hirap naman nito. Pupunta na sana ako sa side ni crush ng biglang hatakin ako ni Kenzo. Sa biglang paghatak niya ay napaupo pa ako sa lap niya. Gulat na gulat ako.

"Bagay kayong dalawa," usal ni Carla nung siya na ang nasa hallway at walang anu-anong umupo sa tabi ni crush. Ako dapat doon, e.

Umalis ako sa lap niya at umupo sa tabi niya. Sinamaan ko siya ng tingin.

"Wala ka bang gagawin kundi sirain ang araw ko? Nakakainis ka talaga." Inirepan ko siya at hindi na lang pinansin.

Pagkatapos ng mahabang byahe ay nakarating na kami sa school. Doon kami binaba at bahala na raw kami pauwi. Nagpaalam na ako kina Amber at Cissy.

"Sabay na tayo umuwi, iisa lang naman ang way natin, 'di ba?"

"Ayoko," deretso kong sagot kay Kenzo. Hawak ko ang cellphone ko at ti-next si Ate na daanan ako para sa kanya na lang ako sasabay pauwi.

"Galit ka pa rin ba sa 'kin? Wala naman akong ginawan masama, naupo ka lang naman sa lap ko."

"Aarrrghhhh! Huwag muna nga ipaalala 'yon. Ayoko kita kasabay pauwi period." Lumayo ako sa kanya. Napagtanto ko na pinagsisihan kong palagi ko rin siya kasama. Tama na ang una namin paglalapit at pagsasama. Hindi na niya ako kinulit pa. Dumating naman si Ate at nakauwi ako ng malaya sa bahay namin.

Sobrang na-miss ko ang bahay namin syempre lalo na ang kwarto ko. Mabuti na nga lang ay walang ginalaw doon si Mama. Kung paano ko iyon iniwan ay iyon pa rin ang ayos.

Naalala kong muli ang Magic Shop. Wala na akong potion at kailangan ko na makapunta doon muli. Kahit pagod na ako ay nagpaalam ako saglit kay Mama na may pupuntahan lamang. Ilang lakad lang ay nakarating na ako. Pagkapasok ko sa loob ay nakita ko kaagad si Lola Eli.

"You are here."

"Ah, opo. Sabi niyo po kase kapag po naubos ang potion ko balik lang po ako dito. Naubos na po kase kaya makakakuha po ba ako ulit?"

"Ofcourse. Wait me here."

Tumango ako sa kanya. Habang hinihintay siya ay nilibot ko ng tingin ang buong Magic Shop. Sobrang kakaiba talaga ang shop na 'to. Para itong mahiwaga na ako lang ang nakakakita. Feeling ko tuloy nasa fantasy movie ako.

"Tatlo ulit 'yan. Kumusta ang naging resulta?"

"Maayos po. Sobrang effective po kase kinakausap niya na po ako at nilalapitan. Ibang-iba na siya kumpara nung una."

"I'm glad to hear that. By the way, gusto ko lang ikaw paalalahanin na huwag kang masyadong matuwa sa nagiging resulta. Alam naman natin na panandalian lamang ang nararanasanan mo. Baka kase sa sobrang nakakasanayan muna ay masaktan ka sa magiging katotohanan. Maswerte ka na lang kung unti-unti nga bang nahuhulog na sa 'yo ang taong 'yon."

"Salamat po sa paalala. Gagawin ko po ang lahat para makuha ang puso niya. Sinimulan ko na 'to kaya hindi puwede na tapusin sa wala lang."

Chapter 14

"HAY, na-miss ko ang upuan ko," wika ko kay Shaniah na niyayakap ang upuan ko.

Weird naman siyang napatingin sa akin. "Pagka-graduate natin, iuwi mo 'yan. Para kang bata."

"Haha, syempre ang tagal kaya natin nag-stay sa Resthouse."

Meron pa siyang sinabi pero hindi ko na lang pinansin. Dumating na si Prof. Helena para magturo. Kung dati sobrang pressure ako sa math pero ngayon hindi na. Marami naman ako natutunan kay crush kahit na sa kanya lang ako nakatingin.

Busy na rin ang lahat para sa paparating na exam. Lahat naghahanda sa pagre-review. Kailangan ko pa naman makapasa ayoko kaseng grumaduate na mababa ang grade ko.

Pagkadismiss ng klase ay sabay-sabay pa rin kami nina Amber at Cissy pumunta sa Cafeteria. Bumili kami ng pagkain at umupo sa dating pwesto.

"Kalat na kalat na sa buong campus ang pag-aaway nina Kenzo at President. Hindi naman daw talaga 'yon kakalat kase tayo-tayo lang naman ang nakakaalam. Kaso... may mga chismosa na nagpakalat," sabi ni Cissy.

"Hindi pa rin ba alam ang dahilan?" tanong naman ni Amber.

"Hindi, e. Pero sa tingin ko about 'yon kay Carla. Narinig ko kase sa isa natin kaklase na nakasaksi binanggit daw ni Kenzo ang pangalan ni Carla. Hindi kaya gusto nila si Carla?"

Hindi ko alam ang ire-react ko, sabi sa akin ni Amber baka raw ako ang dahilan tapos ngayon si Carla pala. Sino ba talaga nagsasabi ng totoo.

"Bakit naman magkakagusto si Kenzo kay Carla? Parang wala naman siyang gusto rito. Hindi naman sila palagi nagsasama sa atin nga siya palagi sumasama," sabi pa ni Amber.

"Sabagay, tama ka."

Hindi ko naman makausap si Kenzo. Wala kase siya ngayon hindi naman pumasok.

Sa sumunod na klase ay lumilipad ang utak ko walang pumapasok sa utak ko. Iniisip ko kase kung ano ba talaga ang dahilan ng pag-aaway ng dalawa may hindi kaseng maganda.

Bago ako umuwi ay inutusan ako ni Prof. Mina na kuhanin sa library ang mga libro, wala raw siyang mautusan kaya ako na lang ang inutusan niya. Nang nasa library na ako at habang hinahanap ang last book ay may narinig akong mga yabag. Hindi lang ako ang nag-iisa sa library. Syempre natakot ako dahil baka mamaya may multo na rito. Mahigpit kong hinawakan ang mga libro. Haharap sana ako para makita kung may tao o multo nang may mabilis na humawak ng kamay ko at malakas akong isinandal sa bookshelves. Ang lakas ng tibok ng puso ko at gulat na gulat sa nangyari. Tila huminto ang mundo ko na mapagtanto kung sino ang nasa harapan ko. Akala ko may meeting sila ngayon bakit siya nandito. Akmang magsasalita ako nang sumenyas siyang huwag akong maingay, lalo siyang lumapit sa akin. Hindi ako makahinga.

"Akala ko ba nandito 'yong babaeng 'yon? Baka naman nakalabas na."

"Ewan ko, si Prof. Mina ang nagsabi sa atin, 'di ba."

"Tara na nga baka naman nasa labas na 'yon."

"Sige."

Hangga't may marinig kaming may lumabas. Sino naman ang mga 'yon? At sino ang hinahanap nila. Hindi kaya... ako ang babaeng tinutukoy nila? Bakit naman kaya. Tumingin ako kay crush at doon na niya ako nilayuan at binitawan.

"Sorry sa nagawa ko. Hinahanap ka ng dalawang 'yon at kapag nahanap ka nila baka saktan ka." Huwag niyan sabihin concern na naman siya sa akin? O epekto na naman ito ng potion.

"A-ah ganon ba." Iyon lang ang nasabi ko. "Ano naman ang dahilan nila kung bakit nila ako hinahanap? Kailangan ko pa naman maibigay ang mga libro kay Prof. Mina."

"Huwag muna alamin. Ako na lang ang magbibigay." Hindi sana ako sasang-ayon ng kuhanin niya sa akin ang mga libro. "Ite-text kita kapag wala na sila sa school." Saka siya naglakad palayo sa akin.

Kinikilig ako. Sobrang kinikilig. Gusto kong sumigaw. Gusto kong tumalon. Gusto kong maiyak. Bakit ganyan ka sa akin crush. Lumalalim na tuloy ang pagkagusto ko sa kanya.

KINABUKASAN, paglabas ko ng bahay ay nakita ko si Kenzo. Himala nandito siya sa bahay namin.

"Anong ginagawa mo dyan?" bungad kong tanong sa kanya.

"Sabay na tayo pumasok."

"Bakit hindi ka pumasok kahapon? Tinamad ka 'no?"

Tumawa siya. "May inasikaso lang. Bakit na-miss mo ako?"

"Yuck. Bakit kita mami-miss? Mahiya ka nga sa sarili mo."

"Ang cute mo talaga kapag napipikon."

"Ewan ko sa 'yo. Matanong lang kita, bakit kayo nag-away ni President noong nasa retreat tayo?" Gusto ko talaga malaman.

"Bigyan mo ako ng dahilan bakit mo gustong malaman?"

Sinamaan ko siya ng tingin. "Sasabihin mo lang naman gusto mo pa ako pahirapan."

Hindi siya sumagot. Hay, ako lang ang mahihirapan sa kanya. Inumpisahan ko na maglakad. Bahala siya sa buhay niya.

"Gusto kita, Adrielle."

Kusang huminto ang mga paa ko. Tama ba ako ng narinig? O iba ata ang pagkakaintindi ko.

"Simula nung pumasok ako sa school niyo bilang transferee hindi ko akalain magkakagusto ako sa isang babae. Hindi ko alam kung bakit kita nagustuhan. Basta kusa na lang tumibok ang puso ko. Kada kasama kita, kausap kita, binibiro kita o inaasar, lalo kitang nagugustuhan."

Walang lumabas sa bibig ko. Ano ba dapat ang i-react ko? First time 'to mangyari sa akin.

"Alam ko rin tinatanong mo sa sarili mo na hindi dapat kita magustuhan pero hindi mo madidikta ang puso ko. Sana Adrielle, hayaan mo akong iparamdam sa 'yo ang nararamdaman ko at hahayaan kitang makapagdesisyon."

Pagkatapos ng pag-amin ni Kenzo hindi na ako nakapakinig sa mga tinuturo ng mga guro, sobrang lutang ako sa araw na 'to. Hindi rin ako makakain o makausap ng maayos. Wala naman akong gusto kay Kenzo, dahil ang nilalaman ng puso ko ay si crush lang. Ayoko lang na masaktan ulit si Kenzo. Nasabi ko na sa kanya dati na wala akong gusto sa kanya pero this time seryoso na ang bagay na 'to.

Sa sumunod na class ay nag-cutting class ako. Ayoko muna pumasok sa room since kaklase ko si Kenzo. Naiilang ako at wala pa akong mukhang maihaharap. Habang naglalakad sa hallway ay nakita ko si President na nagkakabit ng tarpaulin. Busy rin ngayon ang buong

SC para sa darating na campaign. Saktong may binili akong tubig bago ako lumapit sa kanya ay nilagyan ko iyon ng potion pagkatapos ay lumapit na ako sa kanya.

"Gusto mo tulungan na kita?" wika ko sa kanya.

Lumingon siya sa akin at binitawan ang hawak na tarpaulin.

"Bakit nasa labas ka pa? Hindi ba may klase ka?"

"O-oo, hindi ako um-attend kase... k-kanina pa ako nasa clinic masakit kase ang ulo ko. Balak ko na sana bumalik kaso nakita kita."

Bumalik siyang muli sa ginagawa niya.

"Hindi mo ba kasama sina Neo? Ikaw lang ba ang nandito?"

"May iba silang ginagawa."

"Ah."

Nilapag niya sa gilid ang tarpaulin at inayos ang maliit na hagdanan. Tinapat niya 'yon sa didikitan ng tarpaulin.

"Ako na lang ang maglalagay," pagpresinta ko.

"Huwag na baka mahulog ka pa." Saka siya umakyat sa hagdanan. Inaabot ko na lang sa kanya ang tarpaulin. Nang tuluyan makabit na 'yon ay bumaba na siya sa hagdanan. Pinagpagan niya ang uniform niya at tumingin sa akin.

"Ito nga pala, bumili ako ng tubig baka kase kanina ka pa nauuhaw."

Tumingin siya sa bottle water na binibigay ko sa kanya. Ngumiti ako ng tanggapin niya iyon.

Habang pabalik na ako sa room ay may mga humarang sa akin grupo ng kababaihan, tatlo sila at para silang naghahamon ng away. Hindi ko na lang sana papansinin ng hawakan ako nito sa balikat at bahagyang itulak.

"Ikaw si Adrielle, 'di ba?" tanong sa akin nung babaeng nasa gitna. Kung titingnan mo siya para siyang babaeng taga kalye na basagulera.

"Ako nga," pagsagot ko.

"So, totoo ba ang chismis?" tanong naman nung babaeng kasama niya. Maikli ang buhok nito at singkit ang mga mata. Teka, anong chismis?

"Sa palagay ko hindi pa niya alam," sabing muli nung babaeng nasa gitna. Sino ba sila?

"Kailangan ko na mauna may klase pa kase ako." Akmang lalakad na ako para makaalis nang bigla akong itulak muli nung babaeng nasa gitna. Napaupo ako sa sobrang lakas.

"May sinasabi pa kami. Alam ko naman alam mo na may namamagitan na kina Carla at President, lahat ng mga istudyante dito ay boto sa kanila. Kaming tatlo suportado namin si Carla kaya kung sino man ang hahadlang sa kanilang dalawa ay ililigpit namin." Hindi ko sila maintindihan. Bakit hindi na lang nila ako deretsuhin.

"Kaya umamin ka may balak ka bang agawin si President kay Carla? Nilalandi mo ba siya? Akala mo naman magugustuhan ka ni President wala ka pa sa kalinkingan ni Carla, e," wika naman nung may kulay ang buhok para siyang anime.

"Hindi ko alam ang sinasabi ninyo."

"Huwag ka na nga mag maang-maangan. Kung ayaw mo maikalat sa buong campus ang ginagawa mo mas maganda ng umamin ka na. Ayaw namin may sumisira sa pag-iibigan nina Carla at President."

Hindi kaya alam na nila na may gusto ako kay President, kaya eto sila gusto nila ako paaminin sa harapan nila para iklaro sa kanila pero sino naman ang magsasabi sa mga ito? Imposible naman si Amber. Kung si Carla ang magsasabi medyo malabo din. Hindi pa nga ako umaamin kay Carla. Hindi ko talaga maintindihan.

"Wala akong sasabihin." Akmang tatayo akong muli ng makatanggap ako ng malakas na pagsipa halos napahiga ako at ininda ang tyan ko.

"Ayoko sa lahat ang nagde-deny pero huling-huli na."

Huli na ang lahat para masabi ko ang gusto kong sabihin. Sinugod ako nung dalawang babaeng kasama nung nagsasalita kanina. Hindi ako nakalaban dahil malalakas sila umatake. Nanlabo ang mga mata ko at wala na ako masyadong naririnig. Sobrang nanghihina na ako. Masyado nila akong pinagtulungan.

"ADRIELLE."

Hindi ko alam kung sino ang bumanggit ng pangalan ko basta huminto na lang ang dalawa sa pangbubugbog sa akin. Hindi na klaro ang pandinig ko. Basta ang pagkakaalam ko parang nagsasagutan sila. Naramdaman ko na lang na may humawak ng kamay ko at inangat ang ulo ko.

"Tsk. Dadalhin kita sa clinic." Hanggang buhatin niya ako.

****

Unti-unting namulat ang mga mata ko. Puting kisame agad ang bumungad sa akin. Iisa lang ang nararamdaman ko iyon ang pananakit ng buo kong katawan para akong sumabak sa westling. Sinubukan kong bumangon para makaupo.

"Adrielle."

Nanadito pala sina Cissy at Amber, hindi ko sila napansin agad.

"Kumusta ka na? Hindi naman pwede na tanungin kita kung ayos ka lang halata naman masakit ang katawan mo," sabi ni Amber. "Hindi ba sinabihan kita na kapag nalalagay ka sa ganoon sitwasyon tatawagin mo ako o kami ayokong may nangyayaring masama 'yo."

"Oo nga, sobra ang pag-aalala ni Amber. Kaya pala ang tagal mo makabalik sa room pinagtutulungan ka na," usal naman ni Cissy.

"Sorry."

"Mabuti na lang napadaan doon ang buong miyembro ng SC dahil kung hindi baka pinaglalamayan ka na namin ngayon."

Pinalo naman siya agad ni Cissy. "Uy Amber, magdahan-dahan ka naman sa sinasabi mo. At least ang mahalaga naagapan si Adrielle. Pero matanong ko lang bakit ka nila binugbog? Ano ang dahilan nila?" Dito na ako natahimik at napaiwas ng tingin.

"Sabihin muna sa amin."

"Hindi ko alam kung saan nanggaling ang chismis. Nagagalit sila dahil umeeksena at nilalandi ko raw si President. Botong-boto sila kina Carla at President kaya nung malaman nila na lumalapit daw ako ganyan hinarangan nila ang daraanan ko para kumpirmahin. Hindi ako nagsalita kaya binugbog nila ako."

Napahawak si Amber sa bibig niya at hindi makapaniwala.

"Paano nga ba nila malalaman 'yon? Hindi kaya nakikita nila na palagi mo kasama si President? May hindi ka ba sinasabi sa amin, Adrielle?"

"Hindi ko siya palaging nakakasama. Nakasama ko lang siya noong tinuruan niya ako tapos 'yong huli tinulungan ko siya magkabit ng tarpaulin."

"Hindi kaya na-interpret nila 'yon? Wala naman kaseng lumalapit kay President maliban lang talaga kay Carla," sambit ni Cissy.

"Hindi ganon ang nangyari for sure may taong galit kay Adrielle at pinakalat ang chismis na inaagaw at nilalandi niya si President kay Carla kase kung na-interpret lang 'yon hindi naman iyon aabot sa ganito."

"Hayaan mo na lang muna ito Adrielle. Hindi pa kase namin nakakausap si Neo at Gia. Sila kase ang nagdala sa tatlo sa guidance."

Nagpahinga ako sa loob ng clinic. Hanggang sa uwian ay wala akong ginawa kundi humiga at tumitig sa kisame. Wala talaga akong alam sa mga nangyayari. Bigla-bigla na lang may lumalapit na gulo na hindi ko alam saan nanggagaling. Kung si Carla man ang may gawa nito hindi ko siya mapapatawad.

Dalawang araw ang lumipas ay medyo ayos na ang pakiramdam ko. Hindi na muna pinapasok ang tatlong nambugbog sa akin. Sabi sa akin ni Amber ay hindi raw umamin ang tatlo sa naging dahilan sa pambugbog sa akin, wala silang sinabi. Bakit kaya nila masyado itong pinagtatakpan. May tao kayang nag-utos sa kanila nito?

Habang papasok ako sa school ay nagtaka ako sa mga pagtingin sa akin ng mga istudyanteng nasa labas kakaiba ang pagtingin nila at alam kong may hindi maganda. Hanggang napahinto ako sa paglalakad dahil may mga pinagkakaguluhan ang mga istudyante sa isang tarpaulin hindi ko maiwasan makaramdam ng kaba. Agad akong lumapit doon at nakipagsiksikan para makapunta sa unahan. Nanlaki na lang ang mga mata ko na makita kung ano ang nasa tarpaulin.

"Totoo pala ang chismis, sayang naman bagay pa naman sina Carla at President."

"Grabe, kaya pala lately hindi na nagkakasama ang dalawa dahil may umeeksena na."

"Gusto ko pa naman si Adrielle tapos malalaman ko pang nilalandi niya si President. Bagay naman sila ni Kenzo bakit hindi na lang maging sila."

"Kaya nga, e. May chemistry pa naman sila."

"Kaya pala siya nabugbog dahil dyan. Well, deserve naman niya."

Hindi ako makakilos sa aking nakita at narinig. Kulang pa ba ang naranasan kong pambugbog tapos may panibago na naman. Sino ba talaga ang gumagawa nito? Nawala ako sa kinatatayuan ko ng may humila sa akin.

Chapter 15

"UMIYAK ka lang kung gusto mo," sabi ni Kenzo. Nasa garden kami at magkatabing nakaupo. Siya ang humila sa akin. Kung wala siya o kung hindi niya 'yon ginawa baka kung ano na nangyari sa akin. Gusto ko ngan umiyak pero walang lumalabas sa mga mata ko. Nakatitig lamang ako sa mga bulaklak.

Mga litrato namin ni President ang nasa tarpaulin mula sa pagtututor niya sa akin, pagsasayaw noong mini party at pakikipag tulungan sa pagkabit ng tarpaulin lahat ng iyon ay kinunan kami ng palihim att hindi ko alam kung sino ang may gawa non.

"Nasaktan ako sa mga nakita ko. Matagal ko na rin naman alam na may gusto ka kay President, kung paano mo siya tingnan, kausapin at lapitan, lahat ng 'yon ay nahalata ko sa 'yo. Alam kong iyon ang dahilan kaya hindi mo ako sinagot nung nag-confess ako sa 'yo. Dahil si President ang gusto mo at hindi ako."

"Sorry Kenzo. Sorry kung hindi ako nakasagot agad. Sorry kung hindi ko masuklian ang pagkagusto mo sa akin. At sorry din kung nasaktan kita."

"Hindi mo 'yon kasalanan. Handa naman ako maghintay."

Sobrang thankful ako kay Kenzo dahil kahit na nasaktan ko siya at kaibigan lang ang turing ko sa kanya ay nandyan pa rin siya para sa akin. Siya ang tumutulong upang gumaan ang pakiramdam ko.

Pagkatapos ng nangyari at halos kalat pa rin ang tungkol sa amin ni President. Nalaman ito ng SC at pinagtanggal ang tarpaulin. Hindi ko alam kung ano ang naging reaksyon ni crush. Hindi ko pa siya nakikita. Pero nung isang araw nakita ko siya kasama nga lang ni Carla. Nasaktan din ako na makita silang magkayakap. Iniisip ko nga na baka nga nagmamahalan na ang dalawa baka ako lang talaga ang sumisira sa kanila. Pero ayokong bitawan ang dalawang taon na pagkakagusto ko kay President parang sumuko na rin ako sayang naman 'yong effort na ginawa ko. Nakikita ko na may progress sa amin dalawa, saka ko pa bibitawan. Gusto kong sundin ang nararamdaman ko at hayaan na sumabay sa agos baka magbago pa ang ihip ng hangin baka masyado lang kami pinaglalaruan ng tadhana.

Pumapasok pa rin ako sa school kahit na chinichismis ako ng lahat. Wala naman silang alam sa nangyayari puro lang sila panghuhusga at paninira.

Isang hakbang na lang ay nasa rooftop na ako. Nakita ko siya roon mukhang kanina pa siya naghihintay.

"Nandito na ako."

"Mabuti dumating ka."

"Ano ba ang gusto mong sabihin?" tanong ko sa kanya.

"Siguro naman sobra kang naapektuhan sa nangyari? So, stop flirting him. This is the last time na wawarningan kita. Siguro naman naaalala mo ang huli kong sinabi sa 'yo na kapag hindi mo siya nilayuan may gagawin akong isang bagay para maging miserable ang buhay mo."

"Ikaw ang gumawa non?" hindi makapaniwalang tanong ko.

Isang ngiti ang pinakita niya sa akin. "Yes, ako ang nag-utos sa tatlong babae na saktan ka kapag hindi ka umamin sa kanila na nilalandi mo si President. Ako rin ang gumawa ng tarpaulin at nagdikit para makita ng lahat na inaagaw mo siya sa akin."

Walang anu-ano na lumapit ako sa kanya at sinampal siya. Nagulat siya sa ginawa ko at akmang sasampalin din ako na mahuli ko ang kamay niya kaya hindi niya iyon naituloy.

"Ang sama mo."

"Tsk. Matagal na akong masama. Gagawin ko ang lahat para masira ka at hindi mo siya maagaw sa akin. Kahit anong gawin mo, ako at ako lang ang pipiliin niya."

Hinigpitan ko ang paghawak sa kamay niya. Dumaing siya sa sakit at bago ko siya bitawan ay tinulak ko siya napaupo siya at sinamaan ako ng tingin.

"Kulang pa 'yan sa lahat ng ginawa mo sa 'kin. Sana man lang kinopromta mo muna ako bago ka gumawa ng aksyon. Hindi mo alam kung gaano ako nasaktan at na-trauma sa pangbubugbog. Hindi mo rin alam kung paano naapektuhan lalo na ang pag-aaral ko dahil sa tarpaulin. Ganyan ka ba ka desperada? Ganyan ka ba ka-obsessed sa kanya?"

"Hindi ako obsessed at lalo na desperada, mahal ko si President at maayos ang lahat sa amin pero nung lumapit ka sa kanya at tuloy-tuloy na 'yon unti-unti ng nasisira ang lahat. Dahil sa 'yo kaya malabo na maging kami. Dahil sa 'yo kaya ako nagkakaganito."

Napabuntong hininga ako. Kasalanan ko ba talaga? Mahal ko rin si President, masama bang umasa at gumawa ng paraan para magustuhan niya rin ako. Masama bang gawin ang isang bagay para maranasan kong mapalapit sa kanya. Masama bang umibig sa taong 'yon.

"Hindi ko alam kung dapat ko ba sabihin 'to sa 'yo matagal na akong may gusto sa kanya. Almost 2 years na akong may gusto sa kanya. Kaya sana huwag mo naman ako diktahan kung ano ang dapat kong gawin. Huwag naman sana puro sarili mo lang ang iniisip mo may damdamin din ako. Kaya sana bigyan mo ako ng pagkakataon makaamin sa kanya at hayaan ang sarili na mapalapit sa kanya. Kapag nakuha ko na ang sagot sana respetuhin mo 'yon."

MAHIGPIT ang hawak ko sa bottle water. Hinihintay ko kase si crush. Ito na ang pagkakataon para linawin ang lahat. Kailangan itama ko na ang lahat para hindi na lumala muli ang mga nangyayari. Umayos ako ng tayo ng makita siyang papalapit sa akin.

"Sorry kung naabala kita."

"Ayos lang, tapos na rin naman ang meeting namin. Ano nga pala ang sasabihin mo?"

"Gusto ko sana humingi ng sorry. Sorry kase nadadamay ka sa mga chismis na nangyayari ngayon. Sorry kung dahil sa akin nasisira ang pangalan mo. Sana... mapatawad mo ako."

"Hindi mo 'yon kasalanan. Hindi naman natin alam na aabot pala sa ganon ang lahat. Kaya hindi mo kailangan humingi ng sorry."

"M-may sasabihin sana akong importante," sabi ko pero hindi siya nagsalita. "Gusto kong sabihin sa 'yo ang lahat-lahat. Matagal ko na 'to kinikimkim at ito lang ang tamang panahon para sabihin sa 'yo 'to. Alam kong hindi ako kasing-ganda ni Carla o kasing-talino niya pero hindi mo naman ako masisisi kung... may nararamdaman ako para sa 'yo."

Hindi nagbago ang expression ng mukha niya. Hindi kaya... alam na rin niyan may gusto ako sa kanya.

"2 years. Ganon na kita ka gusto. Nagustuhan kita dahil hindi lang sa pagiging miyembro o naging president ka dahil 'yon sa kung sino ka. Kahit na hindi mo ako pinapansin o kinakausap ay hindi nagbago ang nararamdaman ko para sa 'yo. Alam kong hindi sapat ang mga nasasabi ko para magustuhan ka pero hindi ko masabi ang tamang dahilan basta ang mahalaga gusto kita." Hindi pa rin siya nagsalita. Ano kaya ang iniisip niya.

"Naalala ko na palagi kitang tinitingnan mula umaga hanggang hapon. Hindi nakukumpleto ang araw ko kapag hindi kita nakikita. Palagi rin ako sumasama kina Amber o sinuman pupunta sa SC room para lang makita ka o makausap. Pati nga mga patapong bagay na galing sa 'yo ay tinatago ko pa. Ganon kita kagusto. Bahala ka na kung ano ang iisipin mo sa akin. Kaya ko naman itago 'to ng mahabang panahon pero naisip ko na hindi naman masama na umamin, 'di ba? Wala naman mawawala kung aamin ako sa 'yo, 'di ba? Kaya naglakas loob ako na sabihin na 'to sa 'yo. Sobrang gusto kita, President."

Wala pa rin siyang sinasabi. Hindi ko maiwasan kabahan dahil parang pinapahiwatig niya na wala akong pag-asa sa kanya. Pero hindi, baka naman nagulat lang siya at hindi niya lang inaasahan na aamin ako sa kanya.

"Mag-usap tayong muli sa susunod. May kailangan pa akong gawin." Nagsimula na siyang maglakad hanggang malampasan ako. Subalit, hinabol ko siya at hinawakan sa braso upang pigilan.

"Huwag mo naman ako talikuran wala na lang ba sa 'yo ang pag-amin ko?"

"Gusto mo ba talaga marinig ang magiging sagot ko?"

Binitawan ko na siya at hindi ako nakasagot. Huwag naman niya ako ganituhin. Dalawang taon ko siya ginusto ginawa ko ang lahat para lang mapansin niya ako at gumamit pa ako ng potion para lang maranasan ko na magustuhan niya rin ako. Umasa ako sa kanya dahil umupekto ang potion bigla na lang ba iyon nawala ng epekto.

"Masaya akong marinig mula sa 'yo na gusto mo ako... sobrang bilib din ako dahil grabe ang effort mo para lang makuha ang atensyon ko. Hindi ko alam kung paano masusuklian ang dalawang taon na pagkagusto mo sa 'kin. Hindi naman sapat ang mga salita o ang yakapin ka lang para lang mabayaran 'yon. Siguro naman alam muna ang sagot." Humarap siya sa akin. "Humahanga ako sa 'yo, Adrielle. Mabait kang tao, masipag at maaasahan. Wala nga ako masabi sa 'yo dahil wala naman akong nakikitang mali sa 'yo. Ako pa nga ata dapat ang humingi ng tawad dahil nadadawit ka sa mga pangyayari na hindi naman dapat. Nasaktan ka at nabugbog ka nang dahil sa akin."

Bumuntong hininga siya at hinagod ang buhok niya.

"Kung hindi ko man masuklian ang pagkagusto mo sa akin... sana hindi mo ako makalimutan at itakwil bilang kapwa istudyante mo o bilang president ng SC. Sana, mahanap mo ang taong inilaan para sa 'yo. Ang taong hindi ka paaasahin, sasaktan at magbibigay ng dahilan para hindi ka na mabuhay. Adrielle, gusto rin kita... bilang istudyante lang."

Sunod-sunod tumulo ang luha ko. First time kong umiyak sa harapan niya. First time kong masaktan dahil sa kanya. First time kong mabasted dahil sa kanya. Lahat ng una na naranasan kong maganda sa kanya ay mararanasan ko rin pala ang mapait sa kanya. Sobrang sakit.

Tumalikod siyang muli at may sinabi na nagpahinto ng iyak ko.

kapag hindi kita nakikita. Palagi rin ako sumasama kina Amber o sinuman pupunta sa SC room para lang makita ka o makausap. Pati nga mga patapong bagay na galing sa 'yo ay tinatago ko pa. Ganon kita kagusto. Bahala ka na kung ano ang iisipin mo sa akin. Kaya ko naman itago 'to ng mahabang panahon pero naisip ko na hindi naman masama na umamin, 'di ba? Wala naman mawawala kung aamin ako sa 'yo, 'di ba? Kaya naglakas loob ako na sabihin na 'to sa 'yo. Sobrang gusto kita, President."

Wala pa rin siyang sinasabi. Hindi ko maiwasan kabahan dahil parang pinapahiwatig niya na wala akong pag-asa sa kanya. Pero hindi, baka naman nagulat lang siya at hindi niya lang inaasahan na aamin ako sa kanya.

"Mag-usap tayong muli sa susunod. May kailangan pa akong gawin." Nagsimula na siyang maglakad hanggang malampasan ako. Subalit, hinabol ko siya at hinawakan sa braso upang pigilan.

"Huwag mo naman ako talikuran wala na lang ba sa 'yo ang pag-amin ko?"

"Gusto mo ba talaga marinig ang magiging sagot ko?"

Binitawan ko na siya at hindi ako nakasagot. Huwag naman niya ako ganituhin. Dalawang taon ko siya ginusto ginawa ko ang lahat para lang mapansin niya ako at gumamit pa ako ng potion para lang maranasan ko na magustuhan niya rin ako. Umasa ako sa kanya dahil umupekto ang potion bigla na lang ba iyon nawala ng epekto.

"Masaya akong marinig mula sa 'yo na gusto mo ako... sobrang bilib din ako dahil grabe ang effort mo para lang makuha ang atensyon ko. Hindi ko alam kung paano masusuklian ang dalawang taon na pagkagusto mo sa 'kin. Hindi naman sapat ang mga salita o ang yakapin ka lang para lang mabayaran 'yon. Siguro naman alam muna ang sagot." Humarap siya sa akin. "Humahanga ako sa 'yo, Adrielle. Mabait kang tao, masipag at maaasahan. Wala nga ako masabi sa 'yo dahil wala naman akong nakikitang mali sa 'yo. Ako pa nga ata dapat ang humingi ng tawad dahil nadadawit ka sa mga pangyayari na hindi naman dapat. Nasaktan ka at nabugbog ka nang dahil sa akin."

Bumuntong hininga siya at hinagod ang buhok niya.

"Kung hindi ko man masuklian ang pagkagusto mo sa akin... sana hindi mo ako makalimutan at itakwil bilang kapwa istudyante mo o bilang president ng SC. Sana, mahanap mo ang taong inilaan para sa 'yo. Ang taong hindi ka paaasahin, sasaktan at magbibigay ng dahilan para hindi ka na mabuhay. Adrielle, gusto rin kita... bilang istudyante lang."

Sunod-sunod tumulo ang luha ko. First time kong umiyak sa harapan niya. First time kong masaktan dahil sa kanya. First time kong mabasted dahil sa kanya. Lahat ng una na naranasan kong maganda sa kanya ay mararanasan ko rin pala ang mapait sa kanya. Sobrang sakit.

Tumalikod siyang muli at may sinabi na nagpahinto ng iyak ko.

"Siguro naman sapat na ang ginawa ko sa iyong paglapit noong nasa retreat tayo. Na kausapin ka, lapitan ka at makasama ka. Alam kong gumamit ka ng potion para lang magustuhan din kita. Tsk, Adrielle, hindi mo makukuha ang isang bagay kung gagamit ka ng dahas. Sa 'yo na rin naman nanggaling na kusa mong abutin ang gusto mo, hayaan ang tadhana na mapasayo ito pero ikaw pa mismo ang gagamit ng mali para lang makuha mo ang gusto mo. Hindi ba ang unfair non."

Alam niya? Paano niya nalaman? Wala naman akong pinagsabihan tungkol doon.

"Paano ko nalaman? Sige, sasagutin ko ang nasa isip mo. Naalala mo noong nag-tutor ako sa 'yo, binigyan mo ako ng bottle water. Nagpaalam ka pa nga sa 'kin na pupunta ka ng banyo hindi ko sinasadya na mahulog ang bag mo doon ko nakita ang potion. Inisip ko nga na wala lang iyon pero noong nasa retreat tayo ikaw palagi ang nagtitimpla ng inumin at nakangiti ka habang binibigay iyon sa akin hindi ko maiwasan magtaka. Doon ako nagsuspetsa. Hanggang nahuli kita na naglalagay non sa inumin. Sa simula pa lamang ay wala naman akong ininom na binibigay mo. Hindi mo ako mauutakan."

Hindi ko alam ang ire-react ko. Sobrang ang galing niya dahil nalaman niya. Hindi ako masyadong nag-ingat. Akala ko lahat ng ginawa niya sa retreat ay dahil sa potion ayun pala sinadya niyan mapalapit para lang mabayaran ang dalawang taon. Hindi lang pala siya ang naisahan ko. Hindi lang pala ako ang nagplano. At hindi lang pala ako ang naglihim.

Iyak ako ng iyak sa kwarto ko, ni-lock ko nga ang pintuan dahil ayoko munang may pumasok. Iyong potion na galing kay Lola Eli ay tinapon ko wala naman pala iyon naitulong. Ang sakit pala na hindi ka magustuhan ng taong gusto mo. Minsan ka lang naman magkagusto, minsan ka lang naman maghangad para sa sarili mo at minsan ka lang naman mang-akin pero lahat ng 'yon ay hindi pa rin inibigay sa 'yo.

***

Lumipas ang isang linggo pagkatapos ng nangyari ay nilinis ko ang buong kwarto ko para itapon lahat ng mga gamit at diary ko para kay President. Naisip ko kase na maganda itong simula para kalimutan na siya. Hindi naman ako bitter sadyang gusto ko lang magsimula muli pero kahit ano naman ang gawin ko ay hindi pa rin mawawala ang nararamdaman ko para sa kanya. Hindi pa rin mawawala ang mga alalang sandali namin nagawa noong retreat. Para sa akin ang unfair ng lahat. Kaso naisip ko na kasalanan ko naman kung bakit iyon nangyari at napunta ito sa wala. Kung hinayaan ko sana ang tadhana edi sana may pag-asa pa. Naisip ko rin na kaya ko nakita ang Magic Shop at pinunta ako ng mga paa ko roon ay para magising sa katotohanan, na wala akong pag-asa sa kanya, na hindi kami ang itinadhana sa isa't isa.

Hapon, nagpaalam ako kay Mama na may pupuntahan lamang. Naglakad lang ako saglit at huminto sa harap ng Magic Shop. Pumasok ako sa loob at nakita ko agad si Lola Eli. Humarap siya sa akin at binigyan ako ng simpleng ngiti. Lumakad ako papalapit sa kanya.

"Naparito kang muli," usal niya.

"Gusto ko po sana ibalik ang mga potion na ibinigay ninyo sa akin, kaso lang po, naitapon ko po 'yon ng wala sa oras. Sorry po."

"You don't need to be sorry, Adrielle. I understand your situation."

"Gusto ko po magpasalamat dahil nakilala ko kayo. May kaunting akong pagsisisi dahil hindi dapat ako kumapit sa potion para lang makuha ko ang gusto ko pero wala naman po akong magagawa dahil nangyari na."

"Lahat ng bagay na ginagawa natin ay may matinding dahilan. Masaya ako na marinig mula sa iyo na hindi ka nagagalit sa akin at hindi mo sinira ang buhay mo dahil hindi mo nakuha ang taong inaasam mo. Ang potion, ang purpose nito ay para sa mga taong ginagamit ito upang madaliin ang pagkuha ng damdamin o ang mismong tao. Pinapalabas din nito na hindi ka marunong maghintay kung ano ang takbo ng pag-ibig mo. Gusto mo agad-agad gumawa ng aksyon at agad-agad din makikita ang resulta. Ang pag-ibig ay hindi minamadali, hindi nakukuha agad, hindi gumagamit ng anuman instrumento o mga bagay para makamit ito. Ang totoong pag-ibig ay kusang ibibigay sa 'yo na walang kapalit, na walang ginagamit at hindi pinupwersa. Dapat mahaba ang pasensya mo at marunong kang maghintay kahit abutin man ito ng mahabang panahon." Lumapit siya sa akin at hinawakan sa balikat. "Ang tamang tao na para sa 'yo ay kusang ilalaan, kusang lalapit sa 'yo, at kusang susuklian ang pagmamahal mo. Sana Adrielle ay marami kang natutunan sa mga bagay-bagay. Alam ko naman na ginawa mo lamang iyon dahil bata ka pa at hindi mo alam ang totoong definition ng pag-ibig."

Ngumiti ako kay Lola Eli. "Salamat po sa lahat ng sinabi ninyo, tatandaan ko po lahat ng iyan. Sana po magkita po tayong muli."

"Salamat din Adrielle. Thank you for listening to me. I hope, one day, mahanap mo ang pupuno ng buhay mo. Maging masaya ka sa pag-ibig na wala ng hinahangad pa."

Special Chapter

1 YEAR LATER

Bitbit ko ang bag ko at lumapit sa taong kanina pa ako hinihintay.

"Kanina ka pa nandito?" bungad ko sa kanya.

"Hindi naman. May nahanap na ako na kakainan natin." Tumayo na siya sa inuupuan niya at pumunta kami sa isang restaurant. Siya na ang nag-order ng pagkain at maya maya ay nilapag na sa table ang mga order namin pagkain. Sinimulan na namin kumain at hindi ko mapigilan matawa.

"Bakit tumatawa ka?" Napansin pala niya.

"Sorry, haha. May kanin kase sa ilong mo. Hindi mo ba nararamdaman?"

Agad niyan hinawakan ang ilong niya. "Wala naman ako mahawakan."

"Hay naku, ito kase." Pagturo ko sa ilong niya.

"Saan ba kase?" Habang hawak pa rin ang ilong niya.

Inis akong lumapit sa kanya at hinawakan ang ilong niya para maialis ang kanin. Akmang babalik na ako sa pagkaupo ko nang hawakan niya ang kamay ko.

"Akala ko binibiro mo lang ako."

"Hindi ako kagaya mo 'no. Kumusta nga pala ang course mo?" Same kami ng pinapasukan sa College pero iba ang course namin. Kumukuha siya ng

Engineering at ako naman ay Nursing. Gusto ko sana Accounting kaso mahina ako sa math.

"Okay lang, nakakaraos naman ako sa araw-araw. E, ikaw?"

"Okay lang din. Masaya ang kurso ko. Hindi dahil kasama ko si Cissy. Syempre gusto ko talaga matutunan ang mga dapat gampanin bilang nurse. Si Amber nga, hindi na namin nakakasama busy na sa susunod na sports fest."

"Magkakaroon pala tayo ng walang pasok sa Martes baka gusto mo sumama sa 'kin."

"Saan naman pupunta?"

"Basta, secret muna. I'm sure magugustuhan mo 'yon."

Pagkatapos namin kumain ay nagpaalam ako sa kanya na hahanap ng grocery store para bumili ng snack. Mag-oovernight kase ako mamaya kina Cissy. Sabi ko pa naman ako ang bibili ng snack. Nang makabili na ako at pagkalabas ko sa grocery store ay hindi ko sadyang nabitawan ang bitbit ko. Lumabas tuloy ang laman sa paper bag, agad naman ako umupo upang pulutin iyon. Hanggang may nakipulot na rin ng mga snack na binili ko. Nang makatayo na ako ay doon lang ako napatigil. Napatigil din siya sa pag-abot sa akin ng snack hindi niya siguro inaasahan na magkikita kami. Halos isang taon na kami hindi nagkikita. Alam ko kung saan siya nag-aaral alam ko rin kung ano ang kurso na kinuha niya. Hindi naman sa interesado pa rin ako sa kanya sadyang nakikita ko lang sa social media. May gusto akong sabihin pero umatras ang dila ko.

"Nagkita tayong muli," usal niya.

Binaba ko muna ang binili kong snack. Nakaupo kami sa isang bench. Hanggang ngayon wala pa rin ako nasasabi. Tiningnan ko siya at seryoso siyang nakatuon sa mga batang naglalaro. Isang taon ang lumipas lalo siyang gumwapo. Lalo lumaki ang katawan niya at malaki na ang pinagbago niya. Umiwas lang ako ng tingin nung papatingin na siya sa akin.

"Alam kong may nais kang sabihin handa akong sagutin lahat."

"Kumusta na kayo ni Carla? Nabalitaan ko after natin grumaduate same kayo ng pinasukan na School. Pero magkaiba kayo ng course, 'di ba?"

"Oo, magkasama kami sa iisang University kaso hindi ko na siya palaging nakikita. May kanya-kanya na kaming inaabala sa isa't isa."

Hindi niya sinagot ang una kong tanong. Gusto ko lang naman malaman kung sila ba o naging sila. Kung maririnig ko man iyon, masasaktan pa rin ako pero handa ko nang tanggapin. Hindi naman porke isang taon na lumipas ay totally move on na ako sa kanya. Hanggang ngayon kapag nakikita ko siya bumabalik lahat ng alala. Pero mas matimbang ang huli namin naging usapan.

"Kayo ni Kenzo, kumusta na kayo? Nabalitaan ko rin na same din kayo ng pinapasukan," balik niyan tanong sa akin.

"Oo, pero magkaiba rin kami ng course."

"Siguro naman..." Sabay tingin sa akin. "May namamagitan na sa inyong dalawa?"

Tumawa ako. "Sana nga, kaso malabong mangyari. Sinubukan ko mag-focus sa kanya. Sinubukan kong siya ang maging laman ng isip ko. Sinubukan kong samahan siya palagi para masanay ako. At sinubukan kong makaramdam ng kakaiba kapag kasama ko siya kaso lahat ng iyon ay hindi gumana."

"Ako pa rin ba...? Ako pa rin ba ang nilalaman ng puso mo?" Hindi ko inasahan na tatanungin niya ako ng ganon.

"Kung sasabihin ko bang... ikaw pa rin, may maaasahan na ba ako sa 'yo?" Sabay tingin sa kanya. Nakatingin din siya sa akin. Nagulat pa nga ako na hawakan niya ang iilang hibla ng buhok na humaharang sa mukha ko at inilagay sa likuran ng tainga ko. Medyo malakas kase ang hangin sa inupuan namin.

"Sorry... sorry for hurting you. Sorry if I can't love you back."

Nginitian ko siya. "Sana ito na ang huli natin pagkikita. Kung sakali man maglandas muli tayo, sana mag-iwasan na lang tayo. Ayoko ng magsimula na nasasaktan. Hindi naman sa itinatakwil kita, ayoko lang sanayin na naman ang sarili ko sa 'yo. Sana naiintindihan mo."

Tumango siya at lumayo na sa akin.

"I am happy to see you again, saka nga pala, doon sa tinatanong mo kanina about sa amin ni Carla, hindi naging kami kahit kailan ay hindi naging kami. Hindi ko rin masusuklian ang pagmamahal sa akin ni Carla. Bakit? Dahil ayokong mahalin ang babaeng katulad niya na ginawa rin ang lahat para lang maangkin ako. Feeling ko kase hindi ako worth it na lalaki sa inyong dalawa."

Tatlong araw ang lumipas ng magkausap kami ni President. Feeling ko rin hindi kami ni Carla ang may problema kundi siya. Pero wala na akong magagawa dahil nangyari na ang lahat.

Nagmadali akong lumabas ng bahay dahil kanina pa naghihintay sa akin si Kenzo. Ngayon niya kase ako inaaya na sumama sa kanya. Hindi naman siya nagalit. Sumakay ako sa sasakyan niya. Ang taray 'no, may sarili na siyang kotse. Hindi ko nga alam kung saan kami pupunta. Sana lang magustuhan ko, haha.

Acknowledgement

Isa ka ba sa nainis, nadismaya, nasaktan, nagalit, at nanghinayang? Ako rin, char! Well, sinadya ko na hindi siya gawing happy ending, dahil hindi naman lahat ng nagkakaroon ng crush ay nagiging happy ending. This story, is inspired by yours truly. Ang ilang scenario dito ay totoong nangyari sa akin with my crush. Gulat kayo, 'no? Hahaha.

To my friends, Jade, Colina, Marife, Euraine, Florissa, Christine, Glen, Shiela, and Ronelyn who supported me every single day of my life. Thank you and I love you all.

To my college friends, Veronica, Jonalyn, Ate Janine, Abegail and Mary Grace thank you for fully support and for cheering me to all my problems and listening to my rants, hehe. I love you, guys!

To my writer group chat, Alyanna, Micha, Mycha, Juvie, Jessa, Divine, Dhaiseree, Leah, Klaire, Ate Pham, Yaz, Ate Inkspiring B, Hayya, Colyne, Claire, Anneyiie, Lorcán, Sky, Chanel, Aster, Laureen, Eloisa, Flora, Mellisa and Nathalie. Tatag natin, dalawang taon na ang GC natin. Sana mas tumagal pa at hindi kayo magsawa na mag-stay.

To my readers, CN Writes na unang naka-appreciate ng Magic Shop sa Wattpad, thank you! To Genesis, Dexie, Elysian, Kristine, Lorraine, Zyrell, Kyahgorgeous,

Samantha, and Myka, who always read my stories, thank you, always! Love kayo palagi ni Ate Mycs!

To my fellow writer, Chizcel, Hannah, Gwin, Rhea, Trishia, Tine, Imee, Kyang, Ate Audrey, Ate Sharlaine, Ate Kulin, Lai, Yanna, Angela, Felicity, Ram Apostol, Ate Jz Romeo, Luna De Chavez, Ladyrose, Adrixeinna, Lea Jane, Marie Astillo, Theo Barrios, thank you for always here for me, for always motivating me to your words and inspirational post everyday!

To my favorite author, Ate Weirdygurl, Ate Bella, Ate Lovely, Ate Michelle, Ate Rica, Miss Esteph, and to Angelica/ABBA, thank you for always here for me, for giving me an advice, for helping me and guiding me and a lot. I love you from the bottom of my heart!

To God, I am always and not tired for saying thank you for making me happy and blessed. I said everyday that you are my guide and I will follow your lead.

—You are always loved, my magical gorgeous

About the Author

Myca Paga

Myca Paga is a lovely writer who never give up to achieve her dream to be a Published Author. She started to write year 2019. She is also a Registered Author/Writer from National Book and Development Board. And she has now published five books.

Myca Paga is a simple girl who have a thousand dreams. She is graduated from Bulacan Polytechnic College taking Bachelor of Science in Office Management. She is very love to draw, cook, and color black. Very creative person and organize in all things. She is certified fan also of Global K-pop which is BTS. For her, the process of her writing journey is trusting God, and enjoy little achievements that she receive to her life.

www.ingramcontent.com/pod-product-compliance
Lightning Source LLC
LaVergne TN
LVHW041220080526
838199LV00082B/1337